D1772383

ஸர்மிளா ஸெய்யித் (பி.1982)

இலங்கையில் கிழக்கு மாகாணம் ஏறாவூரில் பிறந்தவர். சமூகப் பணித்துறையில் பட்டப்படிப்பையும், இதழியல், கல்வி முகாமைத்துவம், உளவியல் துறைகளிலும் பயின்றவர். பத்திரிகையாளராகப் பணியாற்றியவர். சமூகச் செயற்பாட்டாளர்.

இவரது முந்திய படைப்புகள், *"சிறகு முளைத்த பெண்"* (கவிதைகள் 2012), *"உம்மத்"* (நாவல் 2013), *"ஓவ்வா"* (கவிதைகள் 2014), *"பணிக்கர் பேத்தி"* (நாவல் 2018), *"உயிர்த்த ஞாயிறு"* (அனுபவம் 2021).

மின்னஞ்சல்: sharmilaseyyid@yahoo.com

மறுப்பும் உயிர்ப்பும்

ஸர்மிளா ஸெய்யித்

எதிர் வெளியீடு

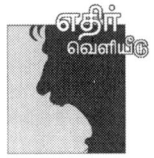

மறுப்பும் உயிர்ப்பும்
ஸர்மிளா ஸெய்யித்

முதல் பதிப்பு: ஜனவரி 2022

எதிர் வெளியீடு,
96, நியூ ஸ்கீம் ரோடு, பொள்ளாச்சி – 642 002
தொலைபேசி: 04259 – 226012, 99425 11302

விலை: ரூ. 150

மெய்ப்புத் திருத்தம்: மே.கா. கிட்டு

Maruppum Uyirppum
Sharmila Seyyid

First Edition: January 2022

Published by
Ethir Veliyeedu, 96, New Scheme Road. Pollachi – 2
email: ethirveliyedu@gmail.com
www.ethirveliyedu.in

ISBN: 978-93-90811-44-1
Cover Design: Santhosh Narayanan
Printed at Jothy Enterprises, Chennai.

Copyright © Sharmila Seyyid

All rights reserved. No part of this book may be reprinted or reproduced or utilised in any form or by any electronic, mechanical or other means, now known or hereafter invented, including Photocopying and recording, or in any information storage or retrieval system, without permission in writing from the Publisher.

பொருளடக்கம்

சமூக நீதியின் ஆன்மா 07

மறுப்பும் மறு உயிர்ப்பும் 16

தன்முனைப்பு வியாதி 38

நல்லிணக்கம்: கடந்தகால அநீதியின் எதிர்கால உள்ளொளி 43

விழலுக்கு இறைத்த நீராகிப்போன
தேசிய எழுச்சிப் போராட்டங்கள் 49

பேரினவாத நிகழ்ச்சி நிரல் 69

இருட்டை இருட்டால் விலக்குதல் 74

வன்னிப் பெருநிலம்: பதற்றமும் நம்பிக்கையின்மையும் 82

பேரினவாதக் காய்ச்சல் 88

கொள்கையற்றவர்களின் குரல்கள் 95

அடக்குமுறையின் உச்ச வெளிப்பாடுகள் 102

யுத்த கதாநாயகர்கள் 107

பெண் போராளிகளின் மறுபக்கம் 116

சமூக நீதியின் ஆன்மா

சர்வதேச நெருக்கடி குழுவின் கண்காணிப்புப் பட்டியலில் 2020இல் இடம்பெற்றிருக்கும் ஒரே ஆசிய நாடு இலங்கை.

2019 நவம்பரில் நடைபெற்ற இலங்கையின் ஜனாதிபதித் தேர்தலின் முடிவுகள் ஆழ்ந்த துருவங்களாக நாடு கூறுபோடப்பட்டிருப்பதைப் பிரதிபலித்தன. முன்பே இருந்த பிரிவினைதான். இடைவெளி அதிகரித்துள்ளது. கோதபாய ராஜபக்ச சிங்கள தேசியவாத மேடைகளில் “சிங்கள மக்களின் ஆதரவினால் மட்டும் வெல்வேன்” என்று கோஷம் செய்தார். முன்னொருபோதும் இல்லாத வகையில் பெரும்பான்மை சிங்கள வாக்காளர்களிடமிருந்து ஆதரவைப் பெற்றார். அதே நேரத்தில் தமிழ், முஸ்லிம் வாக்காளர்கள் அவரை நிராகரித்தனர். இந்த நிராகரிப்புச் செயற்பாடு புத்திசாலித்தனமானதில்லை என்றபோதும் சிறுபான்மைச் சமூகத்தைப் பிரநிதித்துவப் படுத்தும் தேசியவாதிகள் மக்களை இம்முடிவுக்கு இட்டுச் சென்றனர். பிரிவினையை மேலும் அகலப்படுத்துவது முரண்பாட்டுக்கான முயற்சிகளை மழுங்கடிக்கும். மட்டுமல்ல, எதிர்மறையான விளைவுகளை ஏற்படுத்தும். ராஜபக்சேவின் அமைச்சரவையில் 54 அமைச்சர்களில் இருவர் மட்டுமே தமிழர்கள். ஒரேயொரு முஸ்லிம் நீதியமைச்சராக உள்ளார். கோதபாய ஜனாதிபதியாகுவதற்கு முன்பு அவருக்கு எதிராக இருந்த 14ற்கும் மேற்பட்ட குற்றவியல் வழக்குகளில் வாதாடிய மிகத் திறமையான சட்டத்தரணி அலி சப்றியை தேசியப்பட்டியல் வழியாக வளைத்து நீதியமைச்சராக்கினார்கள். இவர் முஸ்லிம் சமூகத்தைச் சேர்ந்தவர். முஸ்லிம் சமூகத்தைப் பிரதிநிதித்துவப் படுத்துகின்றவரில்லை. இவரை மக்கள் தெரிவு செய்யவில்லை. 1948 இல் இலங்கை நாடு சுதந்திரம் பெற்றதன் பின்னர் முதல்

முறையாக, சிறுபான்மை முஸ்லிம்களின் பிரதிநிதித்துவம் அற்ற ஒரு அமைச்சரவையை ராஜபக்ச அரசு உருவாக்கியிருக்கிறது.

பெரும்பான்மை ஆதரவுடன் 20வது அரசியலமைப்புத் திருத்தங்கள் கொண்டுவரப்பட்டன. இலங்கை அரசியலமைப்பில் மிச்ச சொச்சமிருந்த ஜனநாயக தன்மைகளையும் நீக்கம் செய்த குடும்ப ஆவணமாக இலங்கை அரசியலமைப்பு மாற்றப்பட்டது. எதேச்சாதிகாரமிக்க அரசை நிறுவுவது தவிர இந்த அரசியலமைப்புத் திருத்தத்தினால் ஒரு பயனுமில்லை. இலஞ்ச ஊழல் ஆணைக்குழு, கணக்காய்வு சேவை ஆணைக்குழு, தேசிய பெறுகை ஆணைக்குழு, அரசியலமைப்புப் பேரவை ஆகியன நீக்கப்பட்டன. தேர்தல் ஆணைக் குழு, தேசிய பொலிஸ் ஆணைக் குழு அதிகாரங்கள் குறைக்கப்பட்டன. இரட்டைப் பிரஜா உரிமை உள்ளவர்களும் நாடாளுமன்றம் செல்ல வழிகோலப்பட்டது. ஜனாதிபதியின் அதிகாரங்கள் அதிகரிக்கப்பட்டு அரசியலமைப்பு மதிக்கப்படுதலை உறுதிப்படுத்தல், தேசிய நல்லிணக்கம், ஒருமைப்பாட்டை மேம்படுத்தும் ஜனாதிபதியின் கடப்பாடுகள் நீக்கப்பட்டன. ஜனாதிபதி தன்னுடைய அதிகாரங்கள், கடமைகள், செயற்பாடுகள் தொடர்பில் நாடாளுமன்றத்திற்கு பொறுப்புக் கூற வேண்டியதில்லை, ஜனாதிபதிக்கு எதிராக எவ்வித வழக்குகளும் மேற்கொள்ள முடியாது. அடிப்படை மனித உரிமை வழக்கு உட்பட. எந்தவொரு ஆணைக் குழுவிற்கும் அங்கத்தவர்களை நியமிக்கவும் பதிவி நீக்கம் செய்யவும் ஜனாதிபதிக்கு அதிகாரமுள்ளது.

மேலும், மாகாணங்களுக்கு அதிகாரத்தைப் பகிர்ந்தளிப்பதையும் ராஜபக்ச நிராகரிக்கிறார். இதன் மூலம் சிறுபான்மை இனங்களுக்கு சுயநிர்வாக உரிமைகளை வழங்குவதற்கான பொறிமுறைகளை இல்லாமலாக்கும் நிழல் நடவடிக்கைகள் தொடருகின்றன. வடக்கில் தமிழ் மக்கள் பெரும்பான்மையாக இருப்பதை "இயற்கைக்கு மாறானது" என்று கோத்தபாய கூறிய கடந்தகால அறிக்கைகள், மக்கள்தொகை வரைபை மாற்றுவதற்காக வடிவமைக்கப்பட்ட இராணுவ - அரசு ஆதரவு பரிமாற்றத்தின் அச்சங்களை உயர்த்துகின்றன.

இந்த விரும்பத்தகாத வேறுபாடுகளுடன், நில அபகரிப்பு, காணாமல் ஆக்கப்பட்டோருக்கான நீதி மறுப்பு,

அவசரகாலச் சட்ட நீடிப்பு என்று நாட்டில் அநீதிகளின் கொடிகள் பறக்கின்றன. உலகிற்கு கொரோனா வைரஸ் ஒரு தொற்று நோய், இலங்கை நாட்டைத் தவிர. இலங்கையில் கொவிட் தொற்றாளர்கள் குறிப்பாக சிறுபான்மை மக்கள் தீவிரவாதிகளைப் போல இராணுவ நடவடிக்கைகளுக்கு முகங்கொடுக்கின்றனர்.

நாட்டின் சமூக, அரசியல், பொருளாதார சூழ்நிலைகளின் முழுத் தாக்கங்களிலும் பங்கேற்பாளர்களாக இருக்கும் சிறுபான்மை முஸ்லிம் சமூகம் 2019 ஈஸ்டர் குண்டு வெடிப்பைத் தொடர்ந்து இறுக்கமான பாகுபாட்டையும் ஆபத்துக்களையும் எதிர்கொண்டிருக்கிறது. கோதபாய ராஜபக்சவின் ஆதரவைப் பெற்றிருந்த சிங்களக் கிளர்ச்சியாளர்கள் முஸ்லிம்களுக்குப் பொருளாதாரச் சேதங்களை ஏற்படுத்துவதைக் கடந்த காலங்களில் செய்து வந்தனர். இந்த முஸ்லிம்-விரோத வன்முறைக்காக கைது செய்யப்பட்ட அனைத்து சிங்கள நபர்களும் விடுவிக்கப்பட்டனர். எந்தவொரு வழக்குகளும் இல்லை. அதே நேரத்தில் நூற்றுக்கணக்கான முஸ்லிம்கள் பயங்கரவாதத் தடுப்புச் சட்டத்தின் கீழ் காவலில் வைக்கப்பட்டுள்ளனர்.

கொவிட் தொற்றினால் மரணிக்கும் முஸ்லிம்களின் உடல்களை அவர்களது மத நம்பிக்கைக்கு விரோதமாகவும் கலாசார பண்பாட்டு உரிமைகளை மீறும்படியாகவும் தகனம் செய்வது கொள்கையாக்கப்பட்டிருந்தது. பாகிஸ்தான் பிரதமர் இம்ரான்கான் வருகை புரிந்த பிறகு கொரோனா தொற்றினால் இறப்போரை தகனம் செய்வதாக முன்னர் அறிவிக்கப்பட்ட சுற்றுநிருபத்தில் எரிக்கலாம் அல்லது புதைக்கலாம் என்று வெளியான புதிய திருத்தம், இலங்கை கடந்த காலங்களில் தொடர்புகளையும் தளங்களையும் முன்னிலைப்படுத்தி பாக்கிஸ்தானுடன் இருந்ததுபோன்று இணக்கமாகப் பணியாற்ற முயல்வதை வெளிப்படுத்தியிருக்கிறது. இவ்விரு நாடுகளுக்கிடையேயான சுதந்திரமான வர்த்தக ஒப்பந்தம் 2005ஆம் ஆண்டிலிருந்து நடைமுறையில் உள்ளது கவனிக்கத்தக்கது.

மக்களின் உரிமைகளும் கௌரவங்களும் அரசியல் சதுரங்கத்தில் பகடை மட்டுமே. தேசிய அளவிலும், சர்வதேச அளவிலும் இதுவே நிழ்ந்து வருகிறது.

பொத்துவிலிருந்து பொலிகண்டி வரையிலான பேரணி, எழுச்சி ஒன்றுக்குத் தயார் நிலையில் இருந்த பொதுமக்களின் உணர்வெழுச்சி அரசியலாக்கப்பட்டதற்கான உதாரணம்.

அரசாங்கத்தின் மீது கடுமையான அதிருப்தியும் வெறுப்பும் கொண்டிருக்கும் மக்களின் நீதிக்கான தாகத்தை இந்தப் பேரணியில் காண முடிந்தது. நில ஆக்கிரமிப்பு, வடக்கிலும் கிழக்கிலும் பரவலாகிவரும் பௌத்த மயமாக்கல், அரசியல் கைதிகளின் விடுதலை, காணாமல் ஆக்கப்பட்டோர் விவகாரம், முஸ்லிம்களின் உடல்கள் நல்லடக்கம், மலையக மக்களுக்கான ஆயிரம் ரூபாய் சம்பள உயர்வு உள்ளிட்ட மேலும் பல கோரிக்கைகளை வலியுறுத்தி வடக்கு - கிழக்கு மாகாண சிவில் அமைப்புக்கள், அரசியல்வாதிகள், சமயத் தலைவர்கள், மாணவர்கள், காணாமல் ஆக்கப்பட்டோரின் உறவினர்கள் ஒன்றிணைந்து இந்தப் போராட்டத்தை வலுப்படுத்தியிருந்தனர். அரசியல்வாதிகளின் தலையீடு, அவர்களுக்கிருந்த தன்முனைப்பு, பிரத்தியேக நிகழ்ச்சி நிரல்கள், கருத்துமோதல்கள், உட்பூசல்களால் இந்தப் போராட்டத்தின் ஆத்மா சிதைக்கப்பட்டது.

ஒரு போராட்டத்தின் முக்கிய கூறாக இருக்கவேண்டிய உயரடுக்கினரின் பங்குபற்றுதல் இந்தப் பேரணியில் இல்லை. சமூக அநீதிக்கு எதிரான எந்தவொரு போராட்டமாக இருந்தாலும் அந்தந்தச் சமூகங்களிலிருந்து உழைக்கும் வர்க்கமே முதனிலைப் போராளிகளாக முன்நிறுத்தப்படுவது தற்செயலானதில்லை. உயரடுக்கினர் என்போர் பண வசதி படைத்தவர்களாகவோ, செல்வந்தர்களாகவோ, உயர் கல்வி கற்றவர்களாகவோ, துறைசார் அல்லது தொழில்நுட்ப விற்பன்னர்களாகவோ, அதிகாரத்தை அணுகக்கூடிய எந்தவகையிலும் செல்வாக்குச் செலுத்தக்கூடியவர்களாகவோ இருக்கலாம். இந்த உயரடுக்குகளில் இருக்கக்கூடிய சிலர் அரசாங்கத்திற்கு எதிராக உறுப்பினர்களைத் தூண்டக் கூடியவர்களாக இருக்கலாம். தொழில்நுட்ப ஆற்றலால் மக்களை அணிதிரட்டக் கூடியவர்களாக இருக்கலாம். இவர்களை அதிகாரத்திற்குத் துணைபோகின்ற சக்திகள் என்று வெறுமனே ஒதுக்கிவிட முடியாது. சமூக அநீதியைப் பற்றிய இவர்களது கருதுகோள் முக்கியம். இவர்களது கருதுகோள்களை மாற்றுவதற்கு எந்த முயற்சியும் எடுக்காமல்,

இவர்களுடன் தொடர்ச்சியான உரையாடல்களைச் செய்யாமல் வெறுமனே இவர்களைப் புறக்கணித்துவிட்டு அன்றாடம் சோற்றுக்கு அள்ளாடும் மக்களின் வயிறுகளில் அடிக்கும் போராட்டங்களிலிருந்து உருவாகும் மாற்றங்களை, நலன்களை இந்த உயரடுக்கினரும் தான் அனுபவிக்கப் போகிறார்கள். இந்த உயரடுக்கினரின் பொறுப்பு என்ன? அவர்கள் சமுதாயத்தை பற்றியும் சமூகத்தில் பெருந்தொகையான மக்கள் அதிருப்தி கொண்டிருப்பதைப் பற்றியும் என்ன கருதுகிறார்கள்? ஏன் ஒரு தொகை மக்கள் பாதிக்கப்படும்போது உயரடுக்கினர் இவற்றில் பங்காற்றாமல் ஒதுங்கியிருக்கிறார்கள்? உயரடுக்கினரின் சௌகரிய வளையத்தை உடைப்பதற்கான முயற்சிகள் மிகமுக்கியமானது. அது எவ்வளவு வெற்றியைத் தந்தாலும் அல்லது தரவேயில்லை என்றாலும்.

சமூக நீதிப் போராட்டத்திற்கான சக்திவாய்ந்த உந்துதல்களின் இருப்பு அதாவது, முக்கிய வகுப்புகளை வெட்டி ஒரு சமூகத்தின் பெருந்தொகையான மக்களை சமூக நீதியின் குறிக்கோளுக்கு பின்னால் ஒன்றிணைப்பது. இனத்தால் மதத்தால் சாதி, வகுப்பு பேதங்களால் இலங்கைச் சமூகம் பிரிந்து நிற்கின்றது. மதம் இவர்கள் ஒன்றுபடுவதற்குத் தடையாக இருக்கின்றது. தமிழ்ச் சமூகத்திற்குள் சாதிப் பிரிவினைகள் புரையோடிப்போயுள்ளன. மலையகத் தமிழர்களைப் பிரித்தாளும் தந்திரங்கள், இந்த எல்லா சமூகத்திற்குள்ளும் காணப்படும் வகுப்புவாதங்கள், சமூகத்தை மேலும் பல உள்ளடுக்குகளாகப் பிரித்துப் போட்டிருக்கின்றன.

நீதிக்கான மக்களின் போராட்டம் என்பது சிவில் நிர்வாக நடவடிக்கைகளை முடக்கக் கூடிய இடம்வரைக்கும் செல்லவேண்டும். இந்தப் பேரணி சிவில் நிர்வாக செயற்பாடுகளில் தாக்கத்தை ஏற்படுத்தியதாகத் தெரியவில்லை. எதிர்க்கட்சியையும் மக்கள் திரளையும் திறம்பட சமாளிக்க முடியாமல் அரசு அதன் இயல்பான செயல்பாடுகளைச் செய்ய இயலாமல் நிலைகுலைய வேண்டும். இலங்கை வரலாற்றில் அப்படிச் சொல்லத்தக்க உதாரணமாக 1961 சத்தியாக்கிரகம் உள்ளது. "சிங்களம் மட்டும்" மொழிச் சட்டத்தைத் தொடர்ந்து, வேலை வாய்ப்பில் தமிழ் மொழி பேசுவோர் புறக்கணிப்பு அரசாங்க கருமங்களைத் தமிழ் மொழியில் ஆற்றும் நிர்ப்பந்தங்களுக்கு எதிராக தந்தை செல்வநாயகம் தொடங்கிய இந்தப்போராட்டம் மக்களின்

ஒத்துழைப்புடன் முக்கியமாக தமிழ் முஸ்லிம் மக்களின் ஒருமித்த பங்களிப்புடன் வடக்கு கிழக்கு முழுவதிலும் சிவில் நிர்வாகங்கள் முடங்கும் நிலை வரையும் சென்றது. "அவசரகால நிலை பிரகடனப்படுத்தப்பட்டது."

கடந்த காலப் பெருமையைப் பேசிக் கொண்டிருப்பது, அல்லது சமூக இயங்கியலை மாற்றுவதற்கான அடிப்படைச் செயல்பாடுகளில் ஈடுபடாமல் ரொமாண்டிசைஸ் பண்ணுவதென்று இரு வகையினரே சமகாலத்தில் பெருந்தொகையினராக உள்ளனர். ஆனால் எதிர்த்தலுக்காக எழுந்து நிற்கவேண்டிய காலத்தில் வாழ்கிறோம். நமது நிகழ்காலம் உலகளாவிய எழுச்சியால் மட்டுமல்ல, இன்னும் தீர்க்கமாக, உலகளாவிய எழுச்சியின் திறந்த முடிவால் வரையறுக்கப்பட்டுள்ளது. இன்று எழுச்சியைப் பற்றி பேசுவது இனி ஒரு நிகழ்வையோ அல்லது தருணத்தையோ பேசுவதல்ல. நீடித்த, இடைவிடாத தற்காலிகத்தைப் பற்றியது. பல புலன்களில் எழுச்சி என்பது நமது நிகழ்காலம் பற்றியதாகவும் சாத்தியமான வழிகளின் ஒரு பகுதியாகவும் இருக்கிறது.

பெரிய அளவிலான மாற்றம் இனி சாத்தியமில்லாத ஒரு உள்நாட்டுப் போருக்குப் பிந்தைய காலத்தில் நாங்கள் வாழ்கிறோம் என்று சொல்வது மிகவும் எளிதானது. ஆனால், கூட்டுச் செயற்பாடுகளையும் அதன் விளைவுகளையும் நாம் எவ்வாறு புரிந்து கொள்கிறோம் என்பதை மறுபரிசீலனை செய்யவேண்டிய பொறுப்பான கட்டத்தை அடைந்தும் அங்கிருந்து நகராமலேயே இருக்கிறோம்.

சமூக நீதிக்காகத் தொடங்கப்பட்ட தமிழீழ விடுதலைப் போராட்டம் விதிகளிலிருந்தும் மத்தியஸ்த முறைகளிலிருந்தும் பிறழ்ந்துபோனதால் உண்டான காயங்கள் ஒரு தசாப்தம் கடந்தும் ஆற்றப்படவில்லை.

2019 ஆம் ஆண்டு ஜனாதிபதித் தேர்தலைத் தொடர்ந்து, சட்டவாட்சி, குடியுரிமைகள், இன நல்லிணக்கம் ஆகியவற்றிற்கு உருவாகியிருக்கும் அச்சுறுத்தல்கள் காரணமாக, ஐ.நாவில் ஒப்புக் கொண்ட பொறுப்புக்கூறல் நிகழ்ச்சி நிரலை நிலைநிறுத்தத் தவறி வரும் இலங்கை மீது அதன் உதவித் திட்டங்கள், வர்த்தக சலுகைகள், இலங்கைக்கான பயங்கரவாத எதிர்ப்பு உதவிகளை மறுஆய்வு செய்யவும் ஐரோப்பிய ஒன்றியம்

அரசாங்கத்திற்கு அழுத்தம் கொடுக்க வேண்டுமென மனித உரிமை அமைப்புகள் வலியுறுத்தி வருகின்றன. ஐ.நாடுகள் சபையின் எச்சரிக்கைகளையும் பொருட்படுத்தாமல் ஒரு தனித்த உலகைப்போல தன்னிச்சையாகச் செயற்பட இலங்கை அரசைத் துணியச் செய்வது எது?

மறுப்பு, எதிர்ப்பு, கீழ்ப்படியாமை போன்ற வடிவங்களின் இடைவிடாத சங்கிலியை நாம் என்னவாக அழைக்கிறோம்? அதை எவ்வாறு வரலாற்றுப்படுத்துவது?

எழுச்சிகர இயக்கங்களின் வளர்ச்சியைப் பாதிக்கக்கூடிய காரணிகளில் பிரதானமானது, ஒரு சமூகத்தின் மக்களிடையே காணப்படும் சமத்துவமின்மையும் வறுமையும். எந்த அளவிற்கு மக்கள் இன அடிப்படையில் பிரிக்கப்பட்டிருக்கிறார்களோ அந்தளவுக்கு, அரசாங்க அதிகாரிகளிடையே ஊழல் பற்றிய கருதுகோள்கள் மாறும். அரசாங்கத்தின் இராணுவப் படைகளின் விசுவாசத்தின் அளவு மாறும்.

முஸ்லிம்கள், தமிழர்கள், மலையகத் தமிழர்கள் என்று கூறுகளாகப் பிரிந்து கிடக்கும் சிறுபான்மைச் சமூகங்களுக்கும் சிங்கள சிவில் சமூகத்திற்குமான கலாசார மரபுகள் முற்றிலுமாகச் சிதைக்கப்பட்டிருக்கின்றன. மலையகத் தமிழர்கள் சம்பள உயர்வுக்காகவும், பெருந்தோட்டத் துறைகளில் நடக்கும் அநீதிகளை எதிர்ப்பதற்குமான வழிமுறைகளைத் தாங்களே கண்டடைந்து போராடவேண்டியிருக்கின்றது. காணாமல் ஆக்கப்பட்டவர்களுக்காகவும், நில அபகரிப்புகளுக்காகவும் தமிழ் மக்கள் தனியாகப் போராடுகின்றனர். ஜனாசா எதிர்ப்புக்கு எதிராக முஸ்லிம்களே போராடினர். இந்த விடயத்தில் கிறிஸ்தவ கத்தோலிக்கர்களும் இணைந்தார்கள். இறந்த உடல்களை தகனம் செய்வது அவர்களது மத நம்பிக்கைக்கும் எதிரானதாக இருந்த காரணத்தினால்.

சமூக நீதியைக் காப்பாற்றுவதற்கான ஒரு போராட்டத்தில் ஏன் மக்கள் இனத்தின் பெயராலும், மதத்தின் பெயராலும், மொழியாலும் வேறுபட்டு நிற்கவேண்டும்? சமூக நீதி மறுப்பு மனித வாழ்வுக்கு அச்சுறுதலை ஏற்படுத்துவது என்பதைப் புரிந்து கொள்வதில் என்ன தடை? இந்த வேறுபாடுதான் இன்றைய பேரினவாத அரசாங்கத்தின் மிகப் பெரிய வெற்றி.

ஒரு நாட்டின் உடல் அளவு, அதன் நிலப்பரப்பின் தன்மை, மக்கள் இயக்கத்தின் வளர்ச்சி என்பன சமூக அநீதியை எதிர்ப்பதற்கான வழிமுறைகளின் கலாசார மரபுகளைத் தீர்மானிக்கக் கூடியன. அத்துடன், ஆதரிக்கும் அல்லது எதிர்க்கும் பிற நாடுகளின் கவனமும் ஈடுபாடும் கவனத்திற் கொள்ளத்தக்கது.

30 வருட உள்நாட்டு யுத்தம் மக்களின் சுயாதீன எழுச்சி நரம்புகளை மரத்துப் போகச் செய்துவிட்டதென்று சொல்வதை விடவும் இலங்கைச் சமுதாயம் விடுதலைக்கான ஆன்மா அற்றது என்று சொல்வதே பொருந்தும்.

காலனித்துவ ஆட்சியில் இருந்து இந்தியா 1947 ஆகஸ்ட் 15 விடுதலை அடைந்தது. மகாத்மா காந்தி தலைமையில் இன்னும் பல சுதந்திரத் தியாகிகளும் கூட்டாக அஹிம்சை வழியில் உண்ணாவிரதம், உப்புச் சத்தியாக்கிரகம், சுதேச கொள்கை போன்ற வடிவங்களில் முறைமையுள்ள ஒரு போராட்டத்தைச் செய்தனர். சுமார் 3 தசாப்த காலமாக இந்திய நாட்டில் இடம்பெற்ற இந்த எழுச்சிச் செயற்பாட்டால் மக்களின் நாடி, நரம்பு, ரத்தம் அனைத்திலும் சுதந்திர தாகம் ஊறித் ததும்பியது. இனம், மதம், மொழி, சாதி வேறுபாடுகளைக் கடந்து சுதந்திரத்திற்காகப் போராடிய இந்திய மக்களிடம் இன்றைக்கும் அந்த மரபு உள்ளது. சுதந்திரத்திற்குப் பிந்திய காலங்களில் இடம்பெற்ற சமூக நீதிக்கான பல போராட்டங்களால் இந்திய சமூகங்கள் இதனை நிரூபித்திருக்கின்றன.

சுதந்திரப் போராட்ட வரலாறு இலங்கைக்கு இல்லை. இந்தியாவை இந்தியர்களிடம் கையளித்த பிறகு இலங்கையை நிர்வாகம் செய்வதிலிருந்த சவால்கள் காரணமாக ஆறு மாதங்களுக்குள்ளாக பிரித்தானியர் இலங்கையையும் கிழக்கிந்திய வர்த்தக நடவடிக்கைகளையும் முற்றாகக் கைவிட்டனர். இந்த வரலாற்று வேரிலிருந்தே இலங்கைச் சமூகங்கள் நீதிக்கான போராட்டங்களுக்கு ஒன்றிணையத் தடையாக இருக்கும் காரணங்களைப் பார்க்க வேண்டியதிருக்கிறது. சமூக நீதி என்பதைக் குடியுரிமையாக இலங்கை சமூகங்கள் கருதவில்லை. அவ்வாறு கருதுவதற்கான எந்த முனைப்பும் இலங்கையின் கல்வி முறையில் இல்லை. சமூக நீதியின் குறிக்கோளுக்குப் பின்னால் மக்களை

ஒன்றிணைக்கக் கூடிய மக்கள் இயக்கங்கள் இல்லை. பாடசாலைக் காலத்திலிருந்தே சமூக நீதியை வலியுறுத்தி உரையாடி ஒவ்வொருவரும் ஒன்றிணையக்கூடிய தளங்களில்லை. இந்தத் தளங்கள் இனங்களுக்கிடையே இல்லாமல் போனதற்கு சிங்களம் – தமிழ் மொழி இடைவெளியை நியாயப்படுத்தலாம். ஆனால் இனங்களுக்குள்ளே இருந்ததா? தமிழ் பேசக்கூடிய முஸ்லிம்களுக்கும் தமிழர்களுக்குமிடையில் இருந்ததா? குறைந்தபட்சம் அந்தந்த இனங்களுக்குள் இருந்ததா? தமிழ்ச் சமூகங்களுக்குள் இருந்த சுதந்திர உணர்வும் வேட்கையும் அவர்களுக்குள்ளேயே மட்டுப்படுத்தப்பட்டது. முஸ்லிம் சமூகத்திற்குள் மத அடிப்படைவாத சிந்தனைகள் வளர்ந்த அளவுக்கு முற்போக்கு சக்திகள் வளரவில்லை. அதற்கான தளங்களென்று சொல்வதற்கு எதுவுமேயில்லை.

மேலும், இலங்கைச் சமூகங்களுக்கு முன்மாதிரியான தலைவர்கள் இல்லை. இருந்தவர்கள் தேசியவாதிகள். தமிழ்த் தேசியவாதம், முஸ்லிம் தேசியவாதம். இவை இரண்டுமே பிரித்தாளுபவை. சிறுபான்மைச் சமூகங்களை ஒடுக்கும் சிங்கள தேசியவாதத்தை சிறுபான்மைத் தேசியவாதங்களைக் கட்டியெழுப்பி முறியடிக்க முடியும் என்பது அபத்தமான நலிந்த வியூகம். மொத்தத்தில் தனித்துவம் என்ற பெயரில் சமூகங்களைத் தனிமைப்படுத்தும் காரியங்களையே இவர்கள் செயல்படுத்தினார்கள். தேசியவாத சிந்தனைகளால் அரசியல்வாதிகள் மட்டுமே பயனடைந்தனர். பயனடைந்து வருகின்றனர்.

சிங்கள பௌத்த பேரினவாதம் மட்டுமல்ல சிறுபான்மைத் தேசியவாதங்களாலும் தான் இலங்கையில் இனமுரண்பாடு தீர்த்துக் கொள்ளமுடியாத கணக்காக நீட்சி பெற்ற வரலாறாகி வருகின்றது.

தேசியவாதங்களை எல்லாம் தூக்கி எறிந்துவிட்டு இனியாவது சுதந்திரத்திற்குப் போராட இலங்கைச் சமூகங்கள் தயாரா என்பதே இப்போதுள்ள கேள்வி.

2021, பெப்ரவரி
அரங்கம் இணைய நாளிதழ்

மறுப்பும் மறு உயிர்ப்பும்

புலம்பெயர்வானது, ஒரு சமூகத்தின் நிறுவப்பட்ட கலாசார பண்பாட்டு நடைமுறை அனுமானங்கள் மற்றும் அடையாள அர்த்தங்களை நீக்கமறச் செய்வதிலிருந்தும் காப்பதற்கான ஒரு பயணத்தை வேண்டி நிற்பது. சமகால புலம்பெயர்ந்தோர் வரலாற்றைப் புரிந்து கொள்வதற்கு பல்வேறு அணுகுமுறைகளை வாசிக்கும் ஒரு பயிற்சி கோரப்படுகின்றது. இந்தப் பயிற்சியில் கோட்பாட்டின் வரம்புகளை அங்கீகரிக்கவும், அதன் இயல்பால் வகைப்படுத்தப்பட்ட அல்லது வரலாற்று அணுகுமுறைகளை மீளவும் நினைவுறுத்த வேண்டியேற்படுவதும் தவிர்க்க முடியாமல் நிகழ்கிறது. சமகாலத்தில் புலம்பெயர்ந்தோரின் வெளிப்பாடு, வரலாற்றை உருவாக்கும் நடைமுறையில் ஒரு குறிப்பிட்ட நிச்சயமற்ற தன்மையை ஒப்புக் கொள்ள நேர்கிறது. இந்த நிச்சயமற்ற தன்மை, சமகாலத்திற்குத் தனித்துவமானது அல்ல. இருப்பினும், இந்தக் காலகட்டத்தில் துரிதப்படுத்தப்பட்டுள்ளது.

தனித்துவமான அளவுகோல்களின்படி இடம், மக்கள் அல்லது வரலாற்றுத் தருணங்களை அடையாளம் காண்பதற்கு இந்தக் கட்டுரை வழியாகப் பரிந்துரைக்கப்படுகின்றது.

பகுதி 1 : தாய்நாடு தரும் அச்சம்

இந்த ஆண்டு தொடக்கத்தில் கனடாவிலிருந்து வந்திருந்த நண்பர் ஒருவரைக் கொழும்பில் சந்தித்தேன். இருபது ஆண்டுகளுக்குப் பிறகு சொந்த நாட்டுக்கு ஒரு பிரயாணியாக வருகை தந்திருந்த அவர் வடக்கு, கிழக்கு, தெற்கு, தென்மத்திய பிரதேசங்கள் பலவற்றுக்குப் பயணித்துவிட்டு இறுதியாக கொழும்பை வந்தடைந்திருந்தார். “பயணங்கள் எப்படி?

இருபதாண்டுகளுக்குப் பிறகு நீங்கள் பார்க்கும் தாய் நாடு என்ன சொல்கிறது" - அவரைக் கேட்டேன்.

அவர் சொல்லிய பதில் இதுதான்.

"இது எனது தாய்நாடு, பிறந்து வளர்ந்த நாடு, உறவினர் நண்பர்களோடு கூடிக் குலாவிய நாடு என்று சொல்லவே தயக்கமாக இருக்கிறது. ஐரோப்பாவில் பல நாடுகளுக்குப் பிரயாணித்திருக்கிறேன். ஆசியாவிலும் சில நாடுகளுக்குப் பயணித்திருக்கிறேன். எந்தவொரு தேசமும் தராத அச்சம் எனது சொந்த நாட்டில் பயணிக்கும்போது மனத்தை இறுக்கிப் பிடிக்கிறது. யாரோ பின்தொடர்வதுபோலொரு உணர்வு பயணம் முழுவதும் ஆக்கிரமித்திருந்தது. இனம்புரியாத ஆபத்துப் பற்றிய எச்சரிக்கைகளை உள்மனம் சமிக்ஞித்துக் கொண்டேயிருந்தது."

இருபது ஆண்டுகளுக்குப் பின்பு வெளிநாட்டுக் கடவுச்சீட்டுடன் தாய்நாட்டுக்குள் பிரவேசித்த ஒருவரது தனிப்பட்ட உணர்வு இதென்று கடந்துவிட முடியாத ஒரு பிசிறு இழையோடுகிறது இங்கே. இந்த அந்நியத்தன்மை வெளிநாட்டிலிருந்து வந்த இலங்கையர் ஒருவருக்கு மட்டுமானதில்லை.

இரண்டாம் உலகப் போருக்குப் பின்னரான மோதல்கள், வன்முறைகள் துன்புறுத்தல்களின் விளைவாக உலகளவில் பலவந்தமாக இடம்பெயர்ந்த மக்களின் எண்ணிக்கை, கடந்த பத்தாண்டுகளுக்குள் எடுக்கப்பட்ட தரவுகளின்படி 68.5 மில்லியன். இது அழிவை நோக்கி நகரும் நாடுகளின் எண்ணிக்கை அதிகரித்துக் கொண்டு செல்வதன் விளைவுகளின் ஒன்று.

உலகளவில், 2018 ஆம் ஆண்டில் மட்டும் இடம்பெயர்ந்த மக்களின் எண்ணிக்கை 5.2 மில்லியன் என்றும், 20.2 மில்லியன் மக்கள் அகதிகள், 3.2 மில்லியன் மக்கள் புகலிடம் கோருவோர் (Asylum Seekers) என்றும் ஐக்கிய நாடுகள் அகதிகளுக்கான உயர் ஸ்தானிகராலய அறிக்கை குறிப்பிடுகின்றது.

புலம் பெயர்வு

பூட்டன் பாட்டன் காலத்திலிருந்து வாழ்ந்த பூர்வீக நிலத்திலிருந்து அல்லது நாட்டிலிருந்து பெயர்ந்து, வேறு

இடத்தில் அல்லது நாட்டில் நீண்ட காலமாகவோ, நிரந்தரமாகவோ குடியமர்தலை அல்லது குடியமராமலேயே அலைந்து திரிதலைப் புலம்பெயர்வு எனலாம். "புலம்பெயர்ந்தோர்" என்ற பொருள் தரும் Diaspora என்ற ஆங்கிலச் சொல், scattering என்ற கிரேக்க வார்த்தையிலிருந்து வந்ததாகச் சொல்லப்படுகின்றது. Scattering என்ற கிரேக்கச் சொல்லானது, சிதறல் அதாவது, மக்கள் தங்கள் தாயகத்திலிருந்து சிதறடிக்கப்படுவதைக் குறிக்கிறது.

இரண்டு அல்லது அதற்கும் மேற்பட்ட நாடுகள், மொழிகள், பண்பாடுகளின் கலப்பு புலப்பெயர்வில் காணக்கூடிய பொதுத்தன்மையாகும்.

புலம்பெயர்வுக்கான காரணங்கள்

சமூக நகர்வுகள், குடியேற்றங்கள் இருவகைப்பட்ட பண்பாடுகளின் உறவுகள், மொழி உறவுகள் என்ற பொருள் நிலை புலம்பெயர்வு என்ற சொல்லுக்கு உண்டு. பிழைப்பும், பாதுகாப்பு உணர்வும் நாடிச் செல்லுகின்ற சாதாரணக் குடிமக்கள் முதற் கொண்டு பொறியியலாளர்கள், விஞ்ஞானிகள், கணினிப்பொறியியலாளர்கள், வணிகர்கள், சட்டத்தரணிகள், மருத்துவர்கள், அரசியல் போராளிகள், மனித உரிமைக் காவலர்கள், என்று புலம்பெயர்வோர் பல வகையினர். பலதரப்பினர்.

புலம்பெயர்வுக்குக்கான காரணங்களைப் பொதுவாக இப்படிக் கூறலாம். இயற்கையின் சீற்றம், வறுமை, உள்நாட்டுப் போர், வேற்றுநாட்டு ஆதிக்கங்கள், இனக்கலவரங்கள், அரசியல் நெருக்கடிகள். இவை அனைத்தும் பொதுவான காரணங்கள். வெவ்வேறு சூழல்களின் பின்னணியில் நடைபெறும் வெவ்வேறு வகையான வாழ்நிலை, சூழ்நிலை வேறுபாடுகளாலும் பொருளாதாரப் பண்பாட்டுப் பிரச்சினைகளாலும் புலம்பெயர்வு ஏற்படலாம்.

புலம்பெயர்ந்தோர் – அகதிகள் - புகலிடம் கோருவோர் - இவர்கள் ஒன்றா?

பெரும்பாலும் அகதிகளைக் குறிப்பிடுவதற்கு புலம்பெயர்ந்தோர், அகதிகள் புகலிடம் கோருவோர் ஆகிய

சொற்கள் ஒவ்வொன்றும் மாறி மாறி பயன்படுத்தப்படுகிறது. இந்தப் பிரயோகங்கள் ஒவ்வொன்றும் மிக கவனமாகவும் குறிப்பிட்ட நபர்களின் பாதுகாப்பு உரிமைகள் என்பவற்றோடு தொடர்புபட்டதும் சிக்கல்களை ஏற்படுத்தக் கூடியதுமாக இருக்கின்றன.

ஓராண்டுக்கும் மேலாக சொந்த நாட்டிலிருந்து இன்னொரு நாட்டில் வசிப்பவர்களைப் புலம்பெயர்ந்தோர் என்ற எளிமையான வரையறைக்குள் கொண்டு வரலாம். வேறொரு நாட்டில் வசிப்பதற்கான காரணங்கள் மாறுபடலாம். தொழில், கல்வி, ஆய்வு, பாதுகாப்பு - இப்படி எந்தக் காரணங்களால் சொந்த நாட்டை விட்டு வெளிநாட்டில் வாழ்பவராக இருந்தாலும் அவர்கள் புலம்பெயர்ந்தோர்.

மதம், இனம், தேசியம், அரசியல் கருத்து, அல்லது ஒரு குறிப்பிட்ட குழுவைச் சேர்ந்தவர் என்ற அடிப்படையில், ஆயுத மோதல்கள், வன்முறைகள், மரண பயம் துன்புறுத்தல்களிலிருந்து பாதுகாப்பைப் பெற முடியாமல், இனி தங்கள் நாட்டில் வாழமுடியாது என்று சர்வதேச பாதுகாப்பை நாடி தப்பியோடியவர்கள் அகதிகள்.

புகலிடம் கோருவோர் என்பது அகதி அந்தஸ்த்து அல்லது புகலிடம் கோரிக் காத்திருப்பவர்கள். இவர்களது நிலை அதாவது இவர்களுக்குச் சொந்த நாட்டில் அச்சுறுத்தல் உள்ளதா, இவர்களுக்குச் சர்வதேசப் பாதுகாப்புத் தேவையா என்பது தொடர்பான சட்டவலுவான அதிகாரபூர்வமான மதிப்பீட்டுக்காகக் காத்திருப்பவர்களே புலிகடம் கோருவோர்.

இலங்கை தமிழ் புலம்பெயர்ந்தோர்

நீண்டகாலம் இலங்கையில் இடம்பெற்றுவரும் இன மோதலால், பல இலங்கையர்கள், குறிப்பாக தமிழர்கள் தஞ்சம் கோரி நாட்டை விட்டு வெளியேறினர். ஐக்கிய நாடுகளின் அகதிகளுக்கான உயர் ஸ்தானிகர் (யு.என்.எச். சி.ஆர்) தரவின் படி, 900,000 க்கும் மேற்பட்ட இலங்கையர்கள் வெளிநாடுகளில் அகதிகளாக வாழ்கின்றனர். இந்தியா உட்பட்ட பிற முக்கிய நாடுகள் பிரான்ஸ், கனடா, ஜெர்மனி, இங்கிலாந்து, வடக்கு அயர்லாந்தின் ஐக்கிய இராச்சியம், அமெரிக்கா, அவுஸ்திரேலியா, நோர்வே, சுவீடன் போன்றன.

தமிழர் வரலாற்றில் முதலாவது இடப்பெயர்வு இடம்பெற்றது பிரித்தானியர் ஆட்சியின் கீழ். ஆங்கிலேயர்கள், கீழ்ப்படிவுள்ள, நம்பகமான, திறமையான கடின உழைப்பாளிகளைத் தேடியதன் விளைவு மலேசியா (அப்போதைய மலாயா), சிங்கப்பூர், இந்தியா போன்ற நாடுகளுக்குத் தமிழர்கள் இடம்பெயர்ந்த முதல் அலைக்கு வழிவகுத்தது.

1983க்கு முன்பு

சுதந்திரத்திற்குப் பின்பும், 1983 ஜூலை முன்பும் அதிக இடம்பெயர்வுகள் நடந்ததற்கான தரவுகள் இல்லை. "சிங்களம் மட்டும் சட்டம்" சிங்களப் பேரினவாத அரசு தமிழ் சிறுபான்மைச் சமூகத்திற்கான வாய்ப்புகளைக் குறைக்கும் நோக்கத்துடன் கொண்டுவரப்பட்டதன் பின்னர் உருவான அரசியல் மாற்றங்கள் இலங்கையில் இடப்பெயர்வை ஒரு சாதாரண நிகழ்வாக மாற்றியது.

1956க்கு முன்னர், தமிழ் சிறுபான்மைச் சமூகத்தின் திறமைக்கு காலனிய ஆட்சியாளர்கள் முன்னுரிமை அளித்து, தமிழர்கள் சிவில் சேவையில் அதிக அளவில் பிரதிநிதித்துவப்படுத்தப்பட்டனர். சிங்களம் மட்டும் சட்டம், அரச வேலைவாய்ப்பில் தமிழ் மொழி பேசுவோரை இணைய விடாமல் தடுத்தது. இந்த மொழிகளின் போர் அரசாங்க வேலைகளுக்கான போராக பரிணாமம் எடுத்ததன் விளைவாக தமிழ் இளைஞர்கள் நாட்டை விட்டு வெளியேறத் தொடங்கினர். 1959 இல் "சிங்களம் மட்டும் சட்டம்" ரத்து செய்யப்பட்ட போதிலும், சிறந்த வேலை வாய்ப்புகளைத் தேடித் தமிழர்கள் நாட்டை விட்டு வெளியேறுவது நிறுத்தப்படவில்லை.

1983க்குப் பின்பு

1983 கறுப்பு ஜூலை கலவரம் தமிழ் மக்களின் சமூக இருப்பில் உருவாக்கிய அச்சுறுத்தல் இலங்கை அரசாங்கத்திற்கும் தமிழீழ விடுதலைப் புலிகளுக்கும் இடையில் உள்நாட்டு மோதலை வெடிக்கச் செய்தது. போரில் சிதைந்த ஒரு நாட்டின் துன்பியலிலிருந்தும் கசப்பான வாழ்க்கையிலிருந்தும் தப்பிக்க தமிழர்கள் பெருமளவில் நாட்டை விட்டுத் தப்பியோடத் தொடங்கினர்.

தொடக்கத்தில், மருத்துவர்கள், பொறியியலாளர்கள் போன்ற தொழில் வல்லுநர்கள் புலம்பெயர்ந்தனர். தொடர்ந்து நடுத்தர வர்க்கத்தினரும், சாதாரண மக்களும் தஞ்சம் கோரி நாட்டை விட்டுத் தப்பியோடினர். கடவுச்சீட்டுப் பெறவும், விமான டிக்கட்டுக்காகவும் தம்மிடம் மிச்சமிருந்த வீடு பொருள்களைக்கூட விற்கும் நிலை உருவானது. இப்படி நாட்டை விட்டுத் தப்பியோடிப் புகலிடம் பெற்றவர்கள் எண்ணிக்கை ஒன்பது இலட்சம் என்கின்றன தரவுகள்.

நீங்காத அச்சம்

2009 மே மாதம், தமிழீழ விடுதலைப் புலிகளை முறியடித்து உள்நாட்டுப் போரை முடிவுக்குக் கொண்டுவந்துவிட்டதாக இலங்கை அரசாங்கம் அறிவித்தது. முப்பது ஆண்டு உள்நாட்டுப் போர் முடிவுக்கு வந்துவிட்டதாக அரசு முன்னெடுத்த பிரச்சாரங்களால் சிறுபான்மை மக்களின் அன்றாட வாழ்வில் புரையோடியிருக்கும் பீதி உணர்வை அகற்ற முடியவில்லை.

"கொழும்பு" என்ற பெருநகரத்துக்குள் நுழையும்போது அல்லது சிங்களவர் பெரும்பான்மையாக வாழும் தெற்கு நகரங்களுக்குள் பிரவேசிக்கும்போது மிரள்வதிலிருந்து வடக்கு கிழக்கில் வாழும் தமிழ் பேசும் மக்களால் தப்பிக்க முடியாத நிலையே தொடர்கிறது. போர் முடிந்துவிட்டதாக அறிவிக்கப்பட்டுப் பத்தாண்டுகளாகியும் இந்த நிலையில் மாற்றமில்லை.

இந்த "பய உணர்வு" சாதாரணமானதோ இயல்பானதோ இல்லை. இது திட்டமிட்டு உருவாக்கப்பட்டது. மெல்ல மெல்லத் திணிக்கப்பட்டது. இலங்கை ஒரு பௌத்த நாடு, சிங்களவர்களுக்கு மட்டுமானது என்கிற இனவாத ஆக்கிரமிப்பு முடையின் விளைவு இது. "சிங்களம் மட்டும்" சட்டம் தொடங்கி முள்ளிவாய்க்கால் வரையும் பயங்கள் விதைக்கப்பட்ட களமொன்றைச் சிறுபான்மைச் சமூகத்திற்கென்றே சிங்கள அரசு கட்டம் கட்டமாகத் தயார் செய்ததை வரலாற்றிலிருந்து அறியப் போதுமான பல சான்றுகள் உள்ளன.

உள்நாட்டுப் போரினாலும் உயிராபத்தினாலும் நாட்டை விட்டுத் தப்பியோடி வெளிநாடுகளில் தஞ்சமடைந்த மக்கள் தாய் நாட்டுக்குத் திரும்ப முடியாதிருப்பதற்கான காரணங்கள் பல. சிறுபான்மை மக்கள் மீதான சிங்களப்

பேரினவாதத்தின் அழுத்தங்கள் இன்னும் தொடர்வது, தமிழர் பிரதேசங்களில் தொடரும் இராணுவ ஆக்கிரமிப்பு, பலவந்தமாகக் காணாமலாக்கப்பட்டவர்கள் தொடர்பான உண்மை நிலவரங்களை வெளியிட அரசு மறுப்பது, அரசியல் கைதிகள் தொடர்பான தெளிவற்ற அரசின் நிலைப்பாடு போன்ற பல்வேறு காரணங்கள் தமிழ் மக்களின் பாதுகாப்பு இன்னும் தாய் நாட்டில் உறுதி செய்யப்படாத நிலைகளுக்கான காரணங்களிற் சில. தவிர, புலம்பெயர்ந்த மக்களின் வாழ்வில் கடந்த இரு தசாப்தங்களில் நிகழ்ந்த கல்வி, சமூக, அரசியல், பண்பாட்டு மறுமலர்ச்சிகளும், புதிய தலைமுறையின் தாய்நாடாக புகலிட நாடுகள் இருப்பதுவும் தஞ்சமடைந்த மக்கள் தாய்நாட்டுக்குத் திரும்பத் தடையாக செல்வாக்குச் செலுத்துவது மற்றொரு வகை கூட்டுக்காரணிகள்.

தாய்நாட்டில் குறைந்தபட்சம் பாதுகாப்பாக நடமாட முடியும் என்ற சூழலைக்கூட இலங்கை அரசு இன்னும் ஏற்படுத்தவில்லை என்பதையே இந்தக் கட்டுரையின் தொடக்கத்தில் சொல்லப்பட்ட சம்பவம் நினைவுபடுத்துகிறது.

2019 இல் ஜனாதிபதி வேட்பாளராகத் தன்னைப் பிரச்சாரப்படுத்தும் நோக்கில் ஊடகவியலாளர்களுக்கு நடத்தப்பட்ட கூட்டமொன்றில், "நீங்கள் பாதுகாப்புச் செயலாளராக இருந்த காலத்தில், இறுதிப் போரில் சரணடைந்த, கைது செய்யப்பட்ட தமிழ் இளைஞர்கள் என்ன ஆனார்கள்?" என்று ஊடகவியலாளர் ஒருவர் எழுப்பிய கேள்விக்குப் பதிலளிக்காமல் மழுப்பியதோடு அப்படி ஒரு சம்பவமே நடக்கவில்லை என்ற கோத்தபாய ராஜபக்ச தான் தற்சமயம் பெரும்பான்மை சிங்கள மக்களின் வாக்குகளோடு இலங்கையின் தலைவராகத் தெரிவு செய்யப்பட்டுள்ளார்.

இவர் பாதுகாப்புச் செயலாளராக இருந்த காலத்தில்தான் மாவீரர் கல்லறைகள் புல்டோசர்கள் கொண்டு தோண்டி எறியப்பட்டது நடந்தது.

அஞ்சலி செலுத்துதலானது, பிளவுபட்ட சமூகங்கள் தங்களைத் தாங்களே ஆற்றிக் கொள்வதற்கான ஒரு வழி. காயத்தை ஆற்றாமல் ஆரோக்கியப் பிரகடனம் செய்ய முடியாது. கடந்த காலத்தில் அரச தரப்பும் புலிகள் தரப்பும் நிகழ்த்திய வன்முறைகளைப் புரிந்து கொள்ளச் செய்யும் உரையாடல்களை

உருவாக்கி, குற்றச் செயல்களை ஒப்புக் கொண்டு, மன்னிப்பு வழங்கி, உரையாடுவதற்கான வழிகளை வகுக்க வேண்டியது போருக்குப் பின்னர் இனங்களுக்கிடையில் நல்லிணக்கத்தை கட்டியெழுப்ப அரசுகள் முன்னெடுக்க வேண்டிய மிகப் பிரதான பணிகள். இங்கே அப்படியல்ல. இங்கு காயங்களைக் குணப்படுத்துவதற்கான முயற்சிகள் மறுக்கப்படுகின்றன.

ஆண்டுதோறும் நவம்பர் 27ஆம் திகதி மாவீரர் நாளாக நினைவுகூரப்படும் தீர்மானம் தமிழீழ விடுதலைப் புலிகளினால் 1989 இல் அறிவிக்கப்பட்டது. தமிழீழ விடுதலைப் போராட்டத்தில் பங்குபற்றி நாட்டுக்காக உயிர் ஈந்த தமிழீழ விடுதலைப்புலிகள் இயக்கத்தின் உறுப்பினர்களையும், துணைப்படை வீரர்களையும், ஈழ புரட்சிகர மாணவர் இயக்க உறுப்பினர்களையும், ஈழப்போராட்ட போராளிகள் அனைவரையும் நினைவுகூர்ந்து அஞ்சலி செய்து, பெருமைப்படுத்தும் இந்த நாளை அச்சமும், அவநம்பிக்கையும் நிரம்பியதாக மாற்றியமைத்திருக்கிறது சிங்களப் பேரினவாதம். போராட்டத்தில் மடிந்த வீரர்களுக்கு மரியாதை அல்லது வணக்கம் செலுத்தும் இந்த நாளை குற்றச் செயல்போல் அணுகுவது ஒவ்வொரு ஆண்டும் நடக்கிறது.

அஞ்சலி செலுத்துவதையே குற்றமாகக் கருதும் ஒரு நாட்டில் கல்லறைகளை புல்டோசர் கொண்டு தோண்டி எறிந்த ஒரு நாட்டில் சிறுபான்மை மக்கள் நெஞ்சை நிமிர்த்திக் கொண்டு "இது எனது தாய் நாடு" என்கிற பெருமிதத்தோடு உலா வரமுடியும் என்பது கொடுங்கனவுதான்.

ஒருவர் எவ்விதம் துக்கப்படுகிறார் என்பது சமூக அரசியல் கலாசார சூழல்களைப் பொறுத்தது. ஒருவரின் இழப்பை ஒப்புக் கொள்ள மறுப்பதானது இழப்பு நிகழக் காரணமாக இருந்த வன்முறைக் கலாசாரத்தை அங்கீகரிக்கச் செய்யும் அதிர்ச்சிகரமான அனுபவம்.

பகுதி 2 : மறுக்கப்பட்ட வரலாறு

பலவந்தமாக புலம்பெயர்க்கப்பட்ட, சொந்த இடத்திலிருந்து பலவந்தமாக வெளியேற்றம் செய்யப்பட்ட மக்களைக் குறித்தும், சமூக, பொருளாதார அரசியல் காரணிகளால் உள்நாட்டிலேயே "புலம்பெயர்" சமூகத்திற்குண்டான பொதுத் தன்மைகளுடன்

வாழுகின்ற மூன்று பிரிவினரைக் குறித்தும் “மறுக்கப்பட்ட வரலாறு” என்ற இந்தப் பகுதி கவனப்படுத்த விழைகிறது.

மலையக மக்கள்

மலையகத் தமிழர் என்போர் இலங்கையில் பிரித்தானியர் ஆட்சியின் போது 19ஆம் நூற்றாண்டின் ஆரம்பத்தில், தேயிலை, இறப்பர், கோப்பி முதலிய பெருந்தோட்டப் பயிர்ச் செய்கைகளுக்காக தமிழ்நாட்டில் இருந்து கொண்டுவரப்பட்ட மக்கள். “மலையகத் தமிழர்” எனும் பதத்திற்குள் தமிழரல்லாத தெலுங்கர், மலையாளியினரும் அடங்குவர். மலையகப் பிரதேசங்களைப் பொறுத்தமட்டில் தமிழ்நாட்டு தமிழரே பெரும்பான்மையாக இருப்பதனால் அவர்களுடன் ஒன்றி வாழ்ந்த தெலுங்கரும் மலையாளிகளும் தமிழ் பேசுவோராகவே மாறியிருக்கின்றனர்.

வரலாற்றுப் பின்னணி

1844ஆம் ஆண்டு முதன் முதலாக இந்தியாவிலிருந்து இலங்கையின் கோப்பி தோட்டங்களில் வேலைச் செய்வதற்காக, லுதினன் கேர்னல் என்றி சீ. பேர்ட் என்பவர் 14 பேரைச் சேர்த்துக்கொண்டார். இதுவே இந்தியாவிலிருந்து அதிகாரபூர்வமாக வேலையாட்கள் கொண்டுவரப்பட்ட சந்தர்ப்பமாக இருந்தபோதும், 1840களின் தொடக்கத்தில் கோப்பி தோட்டங்கள் நிறுவப்படும் போது தோட்டங்களுக்கு அருகில் இந்திய வேலையாட்கள் காணப்பட்டதாகவும் பெருமளவிலான இந்திய கூலியாட்கள் கொழும்பு நோக்கிச் செல்வதனைக் கண்டதாகவும் 1818 ஆண்டு உதவி மன்னார் அரச அதிபர் குறித்துள்ளார். இதன் படி 1844 ஆண்டுக்கு முன்னரும் இந்தியாவிலிருந்து இலங்கைக்கு வேலைத் தேடி தமிழர்கள் வந்தனர் எனலாம்.

இவர்கள் நாட்டின் மத்திய மலைப் பகுதிகளில் அமைந்திருந்த பெருந்தோட்டங்களிற் குடியேற்றப்பட்டனர். பிரித்தானிய முதலாளிகளின் கீழ் சுமார் 150 ஆண்டுகள் வரை கடுமையான சூழ்நிலைகளின் கீழ் உழைத்து இலங்கையின் முக்கிய ஏற்றுமதிப் பொருட்களாக தேயிலை, இறப்பர் முதலியவற்றை உருவாக்கிக் கொடுத்தவர்கள் இவர்களே.

1948ல் இலங்கையிலிருந்து பிரித்தானியர் வெளியேறியதும், பல தமிழ்ப் பிரதிநிதிகளின் எதிர்ப்புகளுக்கு மத்தியில் கொண்டுவரப்பட்ட இலங்கை குடியுரிமைச் சட்டத்துக்கு அமைவாக தங்களது குடியுரிமையை நிரூபிக்க முடியாமல் போனமையால் இவர்களில் மிகப்பெரும்பாலானோர் இலங்கை அரசாங்கத்தால் நாடற்றவர் நிலைக்குத் தள்ளப்பட்டனர். இதன் காரணமாக அவர்களது வாக்குரிமை மறுக்கப்பட்டது.

இந்திய அரசுடன் நடத்தப்பட்ட பேச்சுவார்த்தைகளின் மூலம் ஏற்பட்ட ஒப்பந்தங்களின் அடிப்படையில் பெருமளவு மலையகத் தமிழரை இந்தியாவுக்குத் திருப்பியனுப்ப இலங்கை அரசு முயற்சித்தது. இவ்வாறான ஒப்பந்தங்களில் ஒன்றான சிறீமா - சாஸ்திரி ஒப்பந்தம் மூலம் மேற்படி தமிழர்களில் அரைப் பகுதியினருக்கு இலங்கைக் குடியுரிமை வழங்குவதெனவும், ஏனையோரை இந்தியா ஏற்றுக்கொள்வதெனவும் முடிவானது. பல காரணங்களால் இது திட்டமிட்டபடி நடைபெறாது போனது. 1983 இல் இலங்கையில் ஏற்பட்ட பாதுகாப்பற்ற சூழ்நிலைக்காரணமாக இவர்களில் பலர் இந்தியாவுக்கு இடம்பெயர்ந்தனர். 1979 புதிய யாப்பின் மூலம் அனைத்து இந்தியத் தமிழருக்கும் குடியுரிமை அளிக்கப்பட்டது.

இருப்பினும் இவர்கள், நாடற்றவர்களாகவே நடத்தப்படுகின்றனர். ஆங்கிலேயேர் அடிமைகளாக வைத்திருந்த நிலையிலிருந்து இவர்களது வாழ்வு ஒன்றும் மேம்பட்டுவிடவில்லை. தொடரும் ஒடுக்குமுறைகளினால் இலங்கையின் ஏனைய சமுதாயத்தினருடன் ஒப்பிட முடியாத அளவில் பின் தள்ளப்பட்ட வகையிலேயே மலையகத் தமிழர்கள் வாழ நிர்ப்பந்திக்கப்பட்டுள்ளனர். இந்த பின்னடைவு, விதிவிலக்காக ஒருசிலரைத் தவிர, கிட்டத்தட்ட அனைவரும் இந்தியாவில் உள்ள தமது உறவுகளுடனான உறவு துண்டிக்கப்பட்ட நிலைக்கு தள்ளப்பட்டுள்ளனர். இந்தியாவில் தமக்கு சொந்தமாக இருந்த நிலமும் சொத்துக்களும் இழந்த கைவிடப்பட்ட ஒரு சமூகமாக இவர்கள் வாழ்கின்றனர்.

இலங்கையின் மத்திய மலைநாட்டுப் பகுதியில் குடியேற்றப்பட்ட தோட்டத் தொழிலாளர்களும், அப்பிரதேசங்கள் சார்ந்து ஏனைய தொழில் நிலைகளில் உள்ளோரும், அவர் தம் வம்சாவழியினரும் “மலையகத் தமிழர்”

என்றே அழைக்கப்பட்ட போதும் இவர்கள் இந்தியாவில் இருந்து வந்து குடியேறியவர்கள் என்பதால் "இந்தியத் தமிழர்" என்றும் "இந்திய வம்சாவளித் தமிழர்" எனும் பகுப்புக்குள்ளும் உள்ளடக்கப்படுகின்றனர். இலங்கையின் புள்ளிவிபர அறிக்கைகளில், அடையாள அட்டை வழங்கல் முறையில், மற்றும் ஏனைய பதிவுகளில் இந்தியத் தமிழர் எனக் குறிப்பிடப்படும் நடைமுறை உள்ளது. போத்துக்கீசரின் வருகைக்கு முன்னராக இந்தியாவில் இருந்து இலங்கையில் வந்து குடியேறிய இந்திய வம்சாவளித் தமிழர்கள் "மலையகத் தமிழர்" எனும் பகுப்புக்குள் உள்ளடக்கப்படுவதில்லை.

சிறுபான்மை முஸ்லிம்கள்

1990 அக்டோபர் மாதம் தமிழீழ விடுதலைப் புலிகளினால் இலங்கையின் வடமாகாணத்தில் வாழ்ந்த முஸ்லிம்கள் பலவந்தமாக வெளியேற்றப்பட்டார்கள். யாழ்ப்பாணம், மன்னார், முல்லைத்தீவு, கிளிநொச்சி, வவுனியா போன்ற மாவட்டங்களில் வாழ்ந்த 75 ஆயிரத்திற்கும் மேற்பட்ட முஸ்லிம்களை இரண்டு வாரங்கள் அவகாசத்தில் விடுதலைப் புலிகள் பலவந்தமாக வெளியேற்றினார்கள்.

தமிழீழ விடுதலைப் புலிகளின் தலைவர் வேலுப்பிள்ளை பிரபாகரனின் உத்தரவுக்கமைய இடம்பெற்ற இந்தப் பலவந்த வெளியேற்றமானது சிறுபான்மை மக்களின் உரிமைகளை முன்னிறுத்தி மேற்கொள்ளப்பட்ட ஈழப்போராட்டத்துக்கு ஒரு பாரிய பின்னடைவை ஏற்படுத்தியது. தமிழீழ விடுதலைப் புலிகள் இழைத்த பாரிய ஈடுசெய்ய முடியாத தவறு என்பதை "துன்பியல் நிகழ்வு" என்பதாக அவர்களே பின்னர் ஒத்துக்கொண்டார்கள்.

1981 செப்டம்பர் 21இல் இலங்கை முஸ்லிம்களுக்கெனத் தனியான அரசியல் கட்சி சிறீலங்கா முஸ்லிம் காங்கிரஸ் என்ற பெயரில் உருவாக்கப்பட்டது. இலங்கை முஸ்லிம்கள் தமிழரில் இருந்து வேறுபட்ட தேசிய இனம் என்ற கோட்பாடு தலையெடுத்தது. தமிழீழம் என்ற நாடு உருவாகினால், அந்த நாட்டில் முஸ்லிம்கள் சிறுபான்மையினராக ஒடுக்கப்படுவோம் என்ற அச்சம் முஸ்லிம்களிடையே பரவலாக இருந்துவந்தது. தமிழீழத்தில் முஸ்லிம்களின் அரசியல் பிரதிநிதித்துவம் குறித்து

விடுதலைப் புலிகளிடம் தெளிவான நிலைப்பாடு இருந்திராத சூழலில், முஸ்லிம்களின் அரசியல் தனிக் கட்சியும், தனியான தேசிய இனம் என்ற பிரக்ஞையும் வலுத்ததுடன், தமிழீழக் கோட்பாட்டை முஸ்லிம் காங்கிரஸ் பலமாக எதிர்க்கவும் தொடங்கியிருந்தது.

அத்துடன் இலங்கை அரசு வடக்கு, கிழக்கு மாகாணங்களில் உள்ள பகுதியில் ஊர்காவல் படைகளை உருவாக்கி முஸ்லிம் இளைஞர்களை ஊர்காவல் படைகளில் இணைத்துப் பயிற்சிகளையும் அளித்தது. இதனால் இரு இனங்களுக்கிடையேயும் முறுகல் நிலை திட்டமிட்டு உருவாக்கப்பட்டன. ஆங்காங்கே இரு இனத்தவரிடையேயும் வன்முறைகள் வெடித்தன.

சிங்களப் பெரும்பான்மை சமூகத்தின் மீதும் உதிரி ஆயுத இயக்கங்களின் மீதும் தமிழீழ விடுதலைப் புலிகளுக்கு இருந்த எதிர்ப்பு மனோபாவம் முஸ்லிம்கள் பக்கம் திரும்ப இவை காரணமாகின. வடக்கிலிருந்து முஸ்லிம்களைப் பலவந்தமாக வெளியேற்றியதன் பின்னணியாக இந்தக் காரணங்களையே ஆய்வாளர்கள் முன்வைக்கின்றனர்.

2009இல் போர் முடிவடைந்ததை அடுத்து இடம்பெயர்ந்தவர்களில் ஒரு பகுதியினர் தமது தாயகப் பகுதிகளில் மீள்குடியேறியுள்ளனர். பலர் இன்னமும் புத்தளம், அனுராதபுரம் பகுதியில் முகாம்களில் வாழ்கின்றனர்.

வடக்கிலிருந்து முஸ்லிம்கள் பலவந்தமாக வெளியேற்றப்பட்டதினால் பாதிக்கப்பட்ட மாவட்டங்களில் பிரதானமானது புத்தளம். பலவந்தமாக வெளியேற்றப்பட்ட மக்கள் ஒருவர் இருவரோ, ஒரு குடும்பத்தவரோ அல்ல. பாரிய எண்ணிக்கையிலான மக்கள் புத்தளம் மாவட்டத்திற்குள் கடல், தரை மார்க்கங்களில் சென்றடைந்தார்கள். அவ்வாறு வந்தவர்களில் 90 விழுக்காடு மக்கள் புத்தளம் மாவட்டப் பாடசாலைகளிலும், பொது இடங்களிலும், அரச காணிகளிலும் தற்காலிகமாகத் தங்கவைக்கப்பட்டார்கள்.

1990 அக்டோபரில் புத்தளத்தை நோக்கி வடக்கு முஸ்லிம்கள் வருகை தந்தபோது புத்தளம் மாவட்டத்தின் நான்கு மாவட்ட செயலகங்கள் உட்பட்ட பிரதேசங்களின் சனத்தொகை

இரட்டிப்பானது. உள்ளூர் சமூகமானது வடக்கிலிருந்து வந்த முஸ்லிம்களைப் போன்று நன்கு கற்றறிந்த செல்வச் செழிப்புடன் வாழ்ந்து பழகிய சமூகமில்லை. வடக்கு முஸ்லிம்களைவிடவும் குறைந்தளவான செல்வத்தைக் கொண்ட பழைமைவாத சமூகமாகக் காணப்பட்ட புத்தளம் மக்கள் பலவந்தமாக வெளியேற்றப்பட்டு புகலிடம் தேடி வந்த மக்களை ஆதரித்து உதவினாலும் காலப்போக்கில் பல்வேறு நெருக்கடிகளையும் முரண்பாடுகளையும் சந்தித்தார்கள். இரு சமூகங்களுக்கிடையிலும் காணப்பட்ட கலாசாரப் பண்பாட்டு வேறுபாடுகள் விரைவிலேயே உணரப்பட்டன.

புத்தளம் மக்கள் எண்ணியதுபோல வடக்கிலிருந்து வெளியேற்றப்பட்டுத் தஞ்சமடைந்த மக்கள் விரைவாக ஒரு வாரகாலத்திலோ ஒரு மாத காலத்திலோ சென்றுவிட வில்லை. அவ்வாறு செல்வதற்கான சூழ்நிலைகள் உருவாக்கப்படவுமில்லை. கிட்டத்தட்ட அவர்கள் நிரந்தரமாக அங்கேயே தங்கிவிட்டபோதும், திடீரென அதிகரித்த சனத்தொகைக்கு ஏற்ப வளங்களை அரசு பகிர்ந்தளிக்கவில்லை. வடக்கு முஸ்லிம்களின் புகலிடத்தினால் புத்தளம் பிரதேசத்தின் காணி உரிமைகள் காணி பாவணை முறைமைகளில் பாரிய மாற்றங்கள் ஏற்பட்டுள்ளன.

1995இல் ஆரம்பிக்கப்பட்ட வீடமைப்புத் திட்டம் காரணமாக விவசாயக் காணிகள் யாவும் வீடு கட்டுவதற்காகப் பயன்படுத்தப்பட்டன. புல்வெளிகள் இல்லாமலாக்கப்பட்டு மந்தை வளர்ப்பு, பண்ணைத் தொழில்களை முற்றாகக் கைவிடும் நிலை உருவானது.

வடக்கு முஸ்லிம்களின் பரவல் மூலம் உள்ளூர் மக்கள் தங்களின் கலாசார பண்பாடுகள் வீழ்ச்சியடைந்துவிட்டதென்றும், வளங்கள் சுரண்டப்பட்டுவிட்டது என்றும் குறைபடும் நிலை இன்றும் தொடர்கிறது.

வளங்களும் வசதிகளும் முறையான அரச நிர்வாகக் கட்டமைப்பும் இல்லாத உள்நாட்டு இடப்பெயர்வு, தஞ்சம் ஆகியன ஏற்படுத்தக்கூடிய விளைவுகளுக்கு மிகச்சரியான உதாரணமாக புத்தளம் மாவட்டம் உள்ளது.

2011 ஆண்டு, புள்ளிவிபரத் திணைக்களத்தினால் மேற்கொள்ளப்பட்ட சனத்தொகைக் கணக்கெடுப்பின் பிரகாரம், இலங்கையில் 9.7 விழுக்காடு முஸ்லிம்கள் வாழ்கின்றனர். இவர்களின் மூன்றில் இரண்டு பகுதியினர் சிங்கள மக்களைப் பெரும்பான்மையாகக் கொண்ட தென்னிலங்கைப் பிரதேசங்களிலும் மூன்றில் ஒரு பகுதியினர் வடக்கு கிழக்கு மாகாணங்களிலும் வாழ்வது குறிப்பிடத்தக்கது.

பெண்கள்

இலங்கை சனத்தொகையில் ஆண்களிலும் பார்க்கப் பெண்களே அதிகம். சனத்தொகைக் கணக்கெடுப்புகளின் பிரகாரம் இலங்கையில் பெண்களின் எண்ணிக்கை 51 விழுக்காடுகள்.

2003இல், தொழிலாளர் இடப்பெயர்வுகளை ஒழுங்குபடுத்தும் முக்கிய நிர்வாக அமைப்பான இலங்கை வெளிநாட்டு வேலைவாய்ப்பு பணியகம் (SLBFE) 1,003,600 இலங்கையர்கள் வெளிநாடுகளில் பணிபுரிந்ததாக மதிப்பிட்டுள்ளது. 2008இல், இந்த எண்ணிக்கை 1,792,368 ஆக அல்லது தீவின் 20இல் 9 விழுக்காடாக உயர்ந்துள்ளது. 1980களின் பிற்பகுதியிலிருந்து 2007 வரை, தொழிலாளர்களாக புலம்பெயர்ந்தவர்களில் பெரும்பாலானோர் பெண்கள். 1990 களின் நடுப்பகுதியில் புலம்பெயர்ந்தோர் மதிப்பீட்டில் அவை 75 விழுக்காடாக இருந்தன. புலம்பெயர்ந்த பெண்களில், 88% வீட்டுப் பணிப்பெண்களாக வேலைக்குச் செல்கின்றவர்கள். இவ்வாறு பணிப்பெண்களாகப் புலம்பெயரும் பெண்களில் பெரும்பகுதியினர் மத்திய கிழக்கு நாடுகளுக்கே செல்கின்றனர்.

பணிப்பெண்களாகச் செல்லும் தொழிலாளர்களில் 92 விழுக்காட்டினரை சவுதி அரேபியா, ஐக்கிய அரபு எமிரேட்ஸ், குவைத், கத்தார் ஆகிய நான்கு நாடுகள் உறிஞ்சி வருகின்றன. வளைகுடாவில், இலங்கை பெண்கள் இந்தோனேசியா, பிலிப்பைன்ஸ் மற்றும் பல நாடுகளைச் சேர்ந்த பெண்களுடன் புலம் பெயர்ந்த வீட்டுத் தொழிலாளர்களுக்கான சந்தையைப் பகிர்ந்து கொள்கின்றனர். இன, மத, தேசிய கட்டுமானங்கள் ஊதியத்தை முன்கூட்டியே தீர்மானிக்கின்றன. எடுத்துக்காட்டாக, 2004ல் ஐக்கிய அரபு எமிரேட்ஸில், இந்தோனேசியா, இலங்கை, எத்தியோப்பியா மற்றும் பங்களாதேஷைச் சேர்ந்தவர்களை விட

பிலிப்பைன்ஸிலிருந்து வந்த வீட்டுப் பணிப்பெண்களுக்கு அதிக சம்பளம் வழங்கப்பட்டது.

பெரும்பாலான இலங்கை வீட்டுப் பணிப்பெண்கள் இரண்டு வருட ஒப்பந்தங்களில் வெளிநாடுகளுக்குச் சென்று தங்கள் முதலாளிகளின் இல்லங்களில் வாழ்கின்றனர். பகுதிநேர அல்லது லைவ்-அவுட் ஏற்பாடுகளைக் கொண்ட பெண்களைக் காட்டிலும் லைவ்-இன் வீட்டுப் பணிப்பெண்களுக்கு குறைந்த சுயாட்சி மற்றும் குறைந்த சம்பளமே தரப்படுகின்றது. இது பெண்களைத் தனிமைப்படுத்துவதுடன் துஷ்பிரயோகம் மற்றும் சுரண்டலுக்கு வழிவகுக்கின்றது.

வீட்டுத் தொழிலாளர்களின் சட்டப் பாதுகாப்புகள் நாட்டிற்கு நாடு வேறுபடுகின்றன. பல வளைகுடா நாடுகளில் ஒத்துழைப்பு கவுன்சில் (ஜி.சி.சி) தொழிலாளர் சட்டங்கள் ஆண் தொழிலாளர்களையே உள்ளடக்குகின்றன. ஆனால் பெண் வீட்டுத் தொழிலாளர்களை உள்ளடக்குவதோ பாதுகாப்பதாகவோ இல்லை. ஆசியா, ஐரோப்பிய ஒன்றியம் மற்றும் அமெரிக்காவில் பிற பகுதிகளில் பணிபுரியும் வெளிநாட்டு வீட்டு ஊழியர்களுக்கு தொழிலாளர் விதிமுறைகள் பொருந்துவது போல் இந்த நாடுகளில் இல்லை.

இலங்கைக்கு அந்நியச் செலவாணியை ஈட்டித்தரும் மிகப் பெரிய பங்கு (40%) ஆடைத் தொழிலுக்குப் பிறகு வெளிநாடுகளில் தொழில் புரிவோரினாலேயே (36%) கிடைக்கின்றது.

தொழிலை எதிர்பார்த்து நிகழும் இந்த இடப்பெயர்வு இலங்கையின் மக்கள் தொகையின் ஏழ்மையான பிரிவினரிடையே வேலையின்மையைக் குறைக்கிறது. உள்ளூரில் கிடைக்கும் வேலைகள் பெரும்பாலும் மோசமான ஊதியம் கொண்டவையாகவும் தற்காலிகமானவையாகவுமே காணப்படுகின்றன. குறிப்பாகப் பெண்களுக்கு. வெளிநாடுகளில் இந்த வீட்டுத் தொழிலாளர்கள் ஒரு மாதத்திற்கு சராசரியாக 100 டாலர் மட்டுமே சம்பாதிக்கிறார்கள் என்றாலும், இது இலங்கையில் பெண்கள் சம்பாதிக்கக்கூடிய தொகையிலிருந்து இரண்டு முதல் ஐந்து மடங்கு வரை ஆகிறது, மேலும் பெரும்பாலான கிராம ஆண்கள் சம்பாதிக்கும் ஊதியத்திற்கு சமமாகவோ அல்லது அதிகமாகவோ இது இருக்கிறது.

புலம்பெயர்ந்த பெண்கள் தங்கள் குடும்பத் தேவைகள் அனைத்தையும் கணவனின் வருமானத்தில் பூர்த்தி செய்ய முடியவில்லை என்று உறுதியாகக் கூறுகின்றனர். மேலும் மத்திய கிழக்கிற்கு இடம்பெயர்வது தங்களுக்குக் கிடைக்கக்கூடிய ஒரேயொரு பொருளாதார மாற்று என்றும் கருதுகிறார்கள்.

வெளிநாட்டு வேலைவாய்ப்பை நாடிச் செல்வதற்கான நோக்கங்களாகப் பொதுவாக கடனில் இருந்து வெளியேறுதல், நிலம் வாங்குவது, வீடு கட்டுவது ஆகியன முன்னிற்கின்றன. பெண்கள் தங்கள் குடும்பத்தின் அன்றாட நுகர்வு தேவைகளை ஆதரிக்கவும், தங்கள் குழந்தைகளுக்கு கல்வி கற்பிக்கவும், தங்களுக்கு அல்லது தங்கள் மகள்களுக்கு வரதட்சணை வழங்க நிர்ப்பந்திக்கப்படுவதும் இன்னொரு நோக்கம். இன்னொரு புறத்தில் தாங்கள் தீர்மானிக்கும் இடத்தில் இருப்பதாகவும், பொருளாதார மேம்பாட்டுக்காகத் தங்களால் பங்களிக்க முடிவது குறித்தும் அவர்கள் பெருமிதமடைகிறார்கள்.

புலம்பெயர்ந்த பெண்கள் பெரும்பாலும் தங்கள் குடும்பங்களுக்கான ஒரேயொரு அல்லது பிரதான வருமானமீட்டுநராக மாறுகிறார்கள். புலம்பெயர்ந்து தொழில் புரியும் ஒவ்வொரு பெண்ணிலும் அவள் குடும்பத்தைச் சேர்ந்த நான்கு முதல் ஐந்து உறுப்பினர்கள் தங்கியிருக்கின்றனர்.

பகுதி 3 : மறு உயிர்ப்பு

புலம்பெயர்ந்தோர் இலக்கியம்

உலகமெங்கும் வாழும் ஈழத்திலிருந்து புலம்பெயர்ந்த தமிழர்களின் இலக்கிய செயற்பாடுகள் "புலம்பெயர்ந்தோர் இலக்கியம்" என்ற இன்றியமையாதவோர் தனித்துவ அங்கமாக மாறியுள்ளது. ஐரோப்பிய நாடுகளிலிருந்து வரும் ஆசிய புலம்பெயர்ந்தோர் இலக்கியம், அடக்குமுறையின் வெவ்வேறு கூறுகள் சக்திகளை ஒரு கவிதையில் வெளிப்படுத்திவிட முடியும் என்பதை நிரூபிக்கின்றன. அடையாள உருவாக்கத்தை இடமாற்றம் செய்வதன் மூலம் ஒற்றைக் கலாசார ஆதிக்கத்தின் இருப்பிடத்தை சவாலுக்குட்படுத்தும் பன்முக நிலையை புலம்பெயர்ந்தோர் இலக்கியங்களில் காணமுடிகின்றது.

புலம்பெயர்ந்தோர் இலக்கியம் (*Expatriate Literature*) என்ற சொல்லாடல் ஒரு நிலையில் புகலிட இலக்கியம் (*Exil Literature*), அகதி இலக்கியம் (*Refugee Literature*), பேரழிவு இலக்கியம், புலம்பல் இலக்கியம், (*Holo Caust Literature*) அலைவு உழல்வு இலக்கியம் (*Nomadic Literature*), தஞ்சம் புகுந்தோர் இலக்கியம், ஏதிலிகளின் இலக்கியம், நாடோடிகளின் இலக்கியம் என்னும் சொல்லாடல்களின் நீட்சியாக அல்லது மிகநுட்பமான வேறுபாட்டை உணர்த்துகின்ற ஒன்றாகப் பார்க்கலாம்.

புலம்பெயர் இலக்கியம் என்றால் என்ன என்ற கேள்விக்குப் புலம்பெயர்ந்த மனிதர்களால் எழுதப்படுகின்ற இலக்கியம் என்று பொருள் கொள்கிறோம். ஆனால், ஈழத்திலிருக்கின்ற எழுத்தாளர்களும் புலம்பெயர் அல்லது புகலிட வாழ்வியல் குறித்த பதிவுகளை நிரம்ப தம் படைப்புகளில் பதிவு செய்திருக்கின்றனர். அப்படியாயின், ஈழத்திலிருந்தபடி பதிவு செய்கின்ற ஓர் இலக்கியம் புலம்பெயர் இலக்கியமாகுமா? என்ற கேள்வியும் முதன்மை பெறுகிறது. ஆக, "புலம்பெயர் இலக்கியம் என்பது இடம் சார்ந்ததா? அல்லது கருத்தியல் சார்ந்ததா?" என்ற கேள்வி எழுகிறது. இதனை வரையறைப்படுத்துவது மிகவும் அவசியமானதாகும்.

மேலும், ஈழத்திலிருந்து உலக நாடுகளை நோக்கிப் புலம்பெயர்ந்து சென்றவர்களை மூன்று நிலைகளில் வகைமைப்படுத்தலாம். குறிப்பாக இவர்கள் அனைவரும் ஒரேவிதமானவர்களல்லர். முற்றிலும் வேறுபட்ட நிலையிலானவர்கள். அவர்களின் துயரமும், வலியும் வேறுபட்டவை. பிரத்தியேக நுட்பங்கள் கொண்டவை.

முதற் பிரிவினர், போருக்கான அனுமானங்கள் உருவான ஆரம்ப காலகட்டத்திலேயே புலம்பெயர்ந்தவர்கள். இவர்கள் மிகவும் வசதி படைத்தவர்கள்; படித்தவர்கள்; ஆங்கில அறிவுடையவர்கள். இருநாட்டு அரசு விதிமுறைகளுக்கு உட்பட்டு முறையாகப் பயணிக்கவும், குடியுரிமை பெறவுமான அனைத்து ஆவணங்களையும் கொண்டிருந்தவர்கள்.

இரண்டாவது பிரிவினர், 1983களில் ஏற்பட்ட தீவிர போர்ச்சூழலில் உடமை, உறவுகளை இழந்து தன்னுயிரை மட்டுமாவது காத்துக்கொள்ள வேண்டும் என்ற நிர்ப்பந்தத்தின் காரணமாக புகலிடம் தேடி தஞ்சமடைந்தவர்கள்.

மூன்றாவது நிலையில் புலம்பெயர்ந்தவர்கள், 2009இல் நடைபெற்ற முள்ளிவாய்க்கால் போரையொட்டிப் புலம்பெயர்ந்தவர்கள். இவர்களும் மேற்சுட்டிய நிலையில் புகலிடம் தேடி தஞ்சம் கோரி புலம்பெயர்ந்தவர்களே.

எனினும் இரண்டாம், மூன்றாம் கட்டங்களில் புலம் பெயர்ந்தவர்கள் ஒரு தனி மனிதன் சந்திக்கக்கூடாத அனைத்துவித நெருக்கடிகளையும் சந்தித்த விளிம்பு நிலை வாழ்வினையே பெரிதும் வாழ்ந்தவர்கள்.

புலம்பெயர் இலக்கியமானது பலதளங்களில் இருந்து உருவாக முடியும். இழப்புகளும் காயங்களும் வலிகளுமாக மனித இருப்பு அலைக்கழிப்புக்குள்ளான கணங்களின் தாங்கொணா வேதனைகளையும் அரசியலையும் பேசுவனாகவும், அரசியல் அறத்தின் நின்றும் வழுவியபோது, அந்த அறமே கூற்றாகி பலரதும் இருப்பைக் குலைத்துப் போட்டு உயிர்களைக் காவுகொண்டபோது ஏற்பட்ட அதிர்ச்சியின் அலைகளைப் பதிவு செய்கின்றனவாகவும், புதிய மொழி, கலாசாரம், பண்பாட்டுச் சூழலில் உண்டாகும் சிதைவுகள், சவால்கள், பண்பாட்டுச் சிக்கல்களைப் பேசுகின்றனவாகவும் புலம்பெயர் இலக்கியங்கள் மாறுபட்ட தளங்களைக் கொண்டுள்ளன.

மேலும் புலம்பெயர் கலாசார மாற்றம், மாறுபாடுகள், உறவு, ஞாபகங்கள், குழந்தை / வாலிப பருவ நிலமும் நினைவகமும், வரலாற்று நிகழ்வுகள், மக்கள் பற்றிய விவரங்கள், புலத்தில் புதிய சமூகம் / கலாசாரம் / அந்நியப்படுதல் / தாயக அம்சங்கள் / மொழி / சடங்குகள், நடத்தை வடிவங்கள் / தாயக வரலாறு / வாழ்ந்த இடங்களின் பிரகடனம் / புதிய கலாசாரங்களை ஏற்றுக்கொள்ளுதல் / மறுத்தல்/ஒவ்வா நிலை ஒருங்கிணைத்தல் ஆகியவற்றிற்கு இடையிலான ஒற்றுமை/சிறை வாழ்க்கை / கைது அனுபவங்கள் / சம்பவங்கள்- இப்படி புலம்பெயர் இலக்கியத்தின் தளங்கள் விரிந்தது.

கவிதை, சிறுகதை, புதினம், நாடகம், கட்டுரைகள், நேர்காணல்கள், விவாதங்கள் முதலிய இலக்கிய வடிவங்களின் ஊடாகவும், ஓவியம், புகைப்படம், ஆவணப்படம் போன்ற கலை வடிவங்களின் வழியாகவும் இவை வெளிப்படுத்துகின்றன.

இவர்கள் தங்களுடைய படைப்புகளை வெளிக்கொணர்வதற்கு சிற்றிதழ்கள், தனி நூல்கள், தொகுப்பு நூல்கள், இணைய இதழ்கள், வானொலி, தொலைக்காட்சி, முகநூல்கள், வலைப்பூக்கள் போன்ற ஊடகங்களையும் பெரிதும் பயன்படுத்தி வருகின்றனர். தங்களுடைய படைப்புகளை நூல்களாக வெளிக்கொணர இவர்களுக்கு உலகளாவிய நிலையில் தமிழ் அச்சுக்கூடங்களும் வாசகரும் அரிதாக உள்ளதால், தமிழ்நாட்டில் உள்ள பதிப்பகங்களின் மூலமாகவே பெரிதும் அச்சிடப்பட்டு வெளிக்கொணரப்படுகின்றன.

புலம்பெயர் இலக்கியங்கள் உலக மொழிகள் பலவற்றில் மொழிபெயர்க்கப்பட்டுள்ளன. தமிழிலிருந்து ஆங்கிலம் ஜெர்மனி, பிரெஞ் போன்ற மொழிகளிலும் இந்திய மொழிகள் பலவற்றிலும் புலம்பெயர் இலக்கியங்கள் மொழி மாற்றம் செய்யப்பட்டுள்ளன. சமீபத்தில் கவிஞர் சேரன் கவிதைகள் ஸ்பானிய மொழியில் மாற்றம் செய்யப்பட்டது குறிப்பிடத்தக்கது.

நவீன உலக பொருளாதார அமைப்பால் உற்பத்தி செய்யப்படும் பெரிய அளவிலான இடப்பெயர்வுகள் உலகளாவிய இலக்கியப் பரப்பில் ஆழமாகக் கால் பதித்துள்ளன. எடுத்துக்காட்டாக, காலனித்துவ அரசியல் பொருளாதாரத்தால் தூண்டப்பட்ட ஆப்பிரிக்க, சீன மற்றும் இந்திய புலம்பெயர்ந்தோரைக் கூறலாம், விரிவான பரந்த மற்றும் ஒன்றுடன் ஒன்று பிணைந்த இருப்பை புலம்பெயர்ந்தோர் அடைந்துள்ளனர். புலம்பெயர்வின் இலக்கியத் தாக்கங்களை, சிதறலை, வடிவமைப்பைப் புரிந்து கொள்வதற்கு ஐரோப்பாவும் ஆசியாவும், ஆப்பிரிக்காவும் அமெரிக்காவும் என்ற பிணைப்பை வகைப்படுத்தி ஆதாரமாக நோக்கலாம். பண்டைய மற்றும் நவீன புலம்பெயர்ந்த இலக்கிய வடிவங்கள் புவிசார் அரசியல் மற்றும் அழகியல் தன்மைகளால் உலக இலக்கியத்திற்கு சவாலாக இருப்பதுடன், புதிய தன்மைகளை உள்வாங்கக் கோருகின்றன.

மலையகத் தமிழர் இலக்கியம்

மலையக இலக்கியமானது மற்றைய நிலைப்பிரிவுகளிலிருந்து வெளிப்பட்ட இலக்கியத்திலிருந்து தெளிவான வேறுபாட்டைக் கொண்டுள்ளது. மலையக மக்களின் பொருளாதார, சமூக,

கல்வி, அரசியல், சுயம், அடையாளம் பிரச்சினைகளை முன்வைத்துப் பல நூல்கள் வெளிவந்துள்ளன.

கலாநிதி.க.அருணாசலத்தின் 'மலையகத் தமிழ் இலக்கியம்' (1994) குறிப்பிடத்தக்க ஒன்று. தோட்டத் தொழிலாளர்கள் அறிமுகம், மலையகத்தமிழரின் வரலாற்றுப்பின்னணி, அவர்கள் சந்தித்த இன்னல்கள், மலையகத் தமிழிலக்கியத்தின் தோற்றமும் வளர்ச்சியும், நாட்டாரியல், கவிதை, புதுக்கவிதை என்பவற்றை விவரிக்கின்றது. சி.வி.வேலுப்பிள்ளை, என்.எஸ்.எம். இராமையாப்பிள்ளை, சாரல்நாடன், ஏ.பி.வி.கோமஸ் முதலான குறிப்பிடத்தக்க மலையக இலக்கியவாதிகளும், கொழுந்து, மல்லிகை முதலான மலையக சஞ்சிகைகளும், அவற்றின் பின்புலத்திலான மலையக இலக்கியம் தொடர்பான ஆய்வுகளும் இந்நூலில் பதிவுசெய்யப்பட்டுள்ளன. மலையக இலக்கியம் தொடர்பான முக்கியமான அறிமுக நூலாகத் திகழும் இந்நூல், இலங்கையின் நவீனத் தமிழ் இலக்கியங்கள் பற்றிய விளக்கத்தை வழங்குகிறது.

சாரல் நாடனின் இலங்கைத் தமிழ் இலக்கிய முயற்சிகள் நூல் (2014) மலையகத்தில் வெளியான நூல்கள், மலையகக் கவிதைகள், சிறுகதைகள், நாவல்கள், மலையக ஆளுமைகள் என்று மலையக இலக்கியத்தின் மற்றுமொரு பரந்த வெளியைத் தொடுவதாக உள்ளது.

மு.சிவலிங்கம் மலையகப் படைப்பாளிகளில் தவிர்க்க முடியாதவர். மலைகளின் மக்கள், ஒரு விதை நெல், ஒப்பாரி கோச்சி, வெந்து தணிந்தது காலம் ஆகிய சிறுகதைத் தொகுப்புகள், 'உயிர்' குறு நாவல், 'மலையகத் தமிழர் நாட்டுப்புறப் பாடல்கள்' ஆய்வு நூல் ஆகியவற்றுடன், சி.வி. வேலுப்பிள்ளையின் *Born to Labour* படைப்பைத் 'தேயிலை தேசம்' என்ற பெயரில் தமிழுக்கு மொழிபெயர்த்துமுள்ளார்.

இவ்வாறு மலையக மக்களின் வாழ்க்கை வரலாற்றை ஆவணங்களாகவும் கட்டுரைகளாகவும் நாவலாகவும் வெளியிட்டுக் குறை தீர்த்தவர்களின் பட்டியல் நீளமானது. இரா.சடகோபனின் 'கண்டிச்சீமை', மு.சி. கந்தையாவின், 'சிதைக்கப்பட்ட மலையகத் தமிழர்கள்', மு. சிவலிங்கத்தின், 'பஞ்சம் பிழைக்க வந்த சீமை', பேராசிரியர் மு. நித்தியானந்தனின் 'கூலித் தமிழ்' படைப்புக்கள் 2014ஆம் ஆண்டுக்குப் பின்பு வெளியான கவனம்

பெற்ற படைப்புகளாக உள்ளன. மலையகப் படைப்பாளிகளில் தெளிவத்தை ஜோசப், மல்லியப்பு சந்தி திலகர், ஆஷிப் ஏ புஹாரி, உக்குவளை அக்ரம் ஆகியோரது பங்களிப்பு குறிப்பிடத்தக்கது.

1973இல் வெளியான கோகிலத்து சுப்பையாவின் 'தூரத்து பச்சை' என்ற நாவலில் மலையக மக்களின் வரவு அவர்களது வரலாறு தொடர்பான கவனப்படுத்தல் குறைந்தளவிலேயே உள்ளது. எனினும், ஏனைய படைப்புகள் மலையக மக்களின் வரலாறு வாழ்க்கை முறைகளைத் தத்ரூபமாக வெளிப்படுகின்றன.

சாஹித்திய விருது பெற்ற இரா.சடகோபனின் *"கசந்த கோப்பி"* நாவல் மலையக மண்வாசனை கூறும் நாவல்களில் முக்கியத்துவம் பெறுகின்றது.

இங்கிலாந்து எழுத்தாளர் கிறிஸ்டின் ஸ்பிட்டல் வில்சனின் *'Bitter Berry'* நாவலினையே இரா.சடகோபன் ஆங்கிலத்தில் இருந்து தமிழில் மொழி பெயர்த்தார்.

'கசந்த கோப்பி' என்கின்ற இந்த நாவலின் பெயரில் கூட பல அர்த்தங்கள் பொதிந்து கிடக்கின்றன. இதன் முதலாவது சிறப்பு, இந்த நாவல் ஆங்கில நாவலாசிரியரால் எழுதப்பட்ட இலங்கை தொடர்பான ஒரு வரலாற்று நாவல் என்பது.

மலையக மக்களின் ஆரம்பகால வரலாற்றைக் கூறும் முதல் நாவல் என்று இதனைக் கூறலாம். இது மலையக மக்களின் வரலாற்றை மட்டுமன்றி கோப்பி பயிர்ச் செய்கை வரலாற்றையும் அதன் மூலம் இலங்கையில் பொருளாதார வரலாற்றையும் கூறுகின்றது. நாவலின் கதைக் களம் டொம் நெவில் - ஹியூ நெவில் ஆகிய இரண்டு மைத்துனர்கள் லண்டன் நகரில் சந்தித்துக் கொள்வதில் இருந்து ஆரம்பமாகின்றது.

எவ்வாறு மலையகத் தமிழர்கள் தமிழ் நாட்டில் இருந்து ஏமாற்றப்பட்டு இலங்கைக்கு அழைத்து வரப்பட்டார்களோ, அப்படியேதான் தோட்ட துரைமார்களும் உரிமையாளர்களும் இலங்கை மலையக நிலவரங்களை அறியாமல் "பொன் விளையும் பூமி" என்பதாக நம்பி முதலீடு செய்தார்கள். தேயிலை, கோப்பி, இறப்பர் பயிர்ச் செய்கைகளைக் காண்பித்து இலங்கையைச் சொர்க்க பூமியாக காட்ட முனைந்த காலனிய ஆட்சியாளர்களின் மாயையை நம்பி

ஏமாந்த இங்கிலாந்து, ஸ்கொட்லாந்து, அயர்லாந்து போன்ற நாட்டு முதலீட்டார்களையும் இந்த நாவல் படம் பிடித்துக் காட்டுகின்றது.

இந்த நாவல் கோப்பியின் வரலாறு கூறும் ஒரு கதை என்று கூறினாலும் மறுபுறம் இதனை இலங்கையின் ஏற்றுமதிப் பொருளாதார வரலாற்றைக் கூறும் கதையென்றும் கூறலாம். செ.கணேசலிங்கன் எழுதிய 'உலக சந்தையில் ஒரு பொன்' நாவலுக்குப் பிறகு கசந்த கோப்பி இலங்கையின் பொருளாதாரம் சார்ந்த மற்றுமொரு நாவல் என்ற வகைக்குள் அடங்குகிறது.

உசாத்துணை

1) https://www.lk.undp.org/content/srilanka/en/home/blog/2019/04/01042019.html

2) Jennifer Hyndman (2000). "Aid, conflict and migration: the Canada Sri Lanka connection" (PDF). Department of Geography, Simon Fraser University. Archived from the original (PDF) on 2007-09-27. Retrieved 2007-08-31.

3) http://folk.ntnu.no/haakoa/Haakon%20Aasprong%20-%20Making%20a%20Home%20away%20from%20Home.pdf

4) விடுதலைக்கான தேடல் வடக்கு முஸ்லிம்களின் கதை. (1990ஆம் ஆண்டு தமிழீழ விடுதலைப் புலிகளினால் பலவந்தமாக வெளியேற்றப்பட்ட வடக்கு முஸ்லிம்கள் தொடர்பான பிரஜைகள் ஆணைக்குழுவின் இறுதி அறிக்கை)

5) https://www.mei.edu/publications/sri-lankan-migration-gulf-female-breadwinners-domestic-workers

6) https://www.bibleodyssey.org/en/people/related-articles/diaspora-literature

7) https://en.wikipedia.org/wiki/Christine_Spittel-Wilson

8) https://puthu.thinnai.com/?p=37277

தன்முனைப்பு வியாதி

1970களில் இருந்தே பாலஸ்தீனத்தில் குற்றவியல் வழக்குகளுக்குப் பெண்கள் நீதிபதிகளாக இருந்தனர். அப்படி இருந்தும் இஸ்லாமிய மதத்தின் சட்டங்களுக்கான நீதிமன்றம், நீதிபதி என்று வந்தபோது அங்கிருந்த உலமாக்கள் பெண்கள் காதி நீதிபதிகளாக வரமுடியாது, அவர்கள் உணர்ச்சிவசப்படக்கூடியவர்கள் என்ற கருத்தைக் கொண்டிருந்தனர். இதே வாதம்தான் இலங்கையிலும் உலமாக்களால் முன்வைக்கப்பட்டு வருகின்றது. தேர்தல்களில் பெண்களின் வாக்குரிமையை மறுப்பதற்கு ஒரு நூற்றாண்டுக்கு முன்னர் மேற்குலகு பயன்படுத்திய அதே வாதம்தான் இது.

அகில இலங்கை ஜம்மியத்துல் உலமா முஸ்லிம் விவாக விவாகரத்துச் சட்டத் திருத்த முயற்சிகளைச் சீர்குலைக்க விடாப்பிடியாக முயற்சித்து வருகின்றது. ஜம்மியத்துல் உலமாவின் பொதுச் செயலாளர் 18.07.2019இல் முஸ்லிம் நாடாளுமன்ற உறுப்பினர்களுக்கு எழுதிய கடிதத்தில் திருத்தத்துக்கான ஆலோசனைகளை அமைச்சரவைக்குச் சமர்ப்பிக்கும் முன்னர் அவற்றில் உள்ள சர்ச்சைக்கிடமான விடயங்கள் பற்றிக் கலந்துரையாடுவதற்கான ஒரு அவசரச் சந்திப்புக்கு அழைத்திருந்தார். அதற்கு இணங்காவிட்டால் அது அவர்களின் வரலாற்றுத் துரோகமாகக் கருதப்படும் என்றும் எச்சரித்திருந்தார். ஷரியா பற்றிய தங்களது மிகப் பழமைவாத, ஏற்றுக்கொள்ளமுடியாத விளக்கங்களை எல்லோரும் ஏற்றுக்கொள்ளும்வரை ஜம்மியத்துல் உலமா திருப்தி அடையாது என்பதையே இது காட்டுகின்றது. அரசியலினுள் பிற்போக்கு மதவாதத்தைத் திணிக்கும் வன்முறையாகவும் இதனைக் கருதலாம்.

மத விவகாரங்களில் தங்களுக்கே ஏகபோக அதிகாரம் உண்டு என்று ஜம்மியத்துல் உலமா நம்புகிறது. அண்மைக்காலங்களில் அகில இலங்கை ஜம்மியத்துல் உலமாவின் நடவடிக்கைகள் அனைத்தும் இதனைத் தெளிவாக வெளிச்சம்போட்டுக் காண்பிக்கின்றன. நிகாப் விடயத்தில்கூட ஜம்மியத்துல் உலமாவின் இரட்டைத் தன்மையினையும், பெண்களை உள்வாங்காது அதிகாரம் செலுத்தும் போக்கினையும் கவனிக்க முடிந்தது. ஷரியா பற்றிய தங்களது அறிவும் தெளிவும் மட்டுப்படுத்தப்பட்ட பழமைவாத புரிதல் காரணமாக முஸ்லிம் உலகின் முற்போக்கான செல்நெறிக்கு எதிர்த் திசையில் இருக்கிறார்கள். இஸ்லாத்தில் பால்நிலை சமத்துவம் என்ற கருத்தே இல்லை என்பதுபோல் தான்தோன்றித்தனமாகச் செயற்படுகின்றார்கள். குர்ஆன், சுன்னாவின் இலட்சியங்களை இவர்களால் புரிந்து கொள்ள முடியவில்லை. இவர்களின் அறிவுப் போதாமையை நிவர்த்திக்க முனையாமல், தங்களுக்குள்ள குறையறிவை சமூகமயப்படுத்தித் திணிக்க முற்படுகின்றனர்.

பெண்களின் குறைந்தபட்சத் திருமண வயதை அதிகரிப்பதும், பெண்களைக் காழிகளாகவும், விசேடக் காழிகளாகவும் விவாகப் பதிவாளர்களாகவும் நியமிப்பதும் ஷரியாவுக்கு விரோதமானது என அவர்கள் உறுதியாக நம்புகிறார்கள். பல முஸ்லிம் நாடுகளில் குறைந்தபட்ச திருமண வயது 18 என்பதைக்கூட ஏற்கத் தயாராக இல்லாத ஒரு ஜம்மியத்துல் உலமாவின் ஆலோசனைகளுக்கு அமைவாக முஸ்லிம் விவாக விவாகரத்துச் சட்டத்தினைத் திருத்துவது துரதிருஷ்டமானது. பாலஸ்தீன் போன்ற நாடுகளிலேயேகூட பெண்கள் காழிகளாகவும், விவாகப் பதிவாளர்களாகவும் நியமிக்கப்பட்டிருப்பதையும், உலகம் முழுவதிலும் உள்ள பல கற்றறிந்த உலமாக்கள் அவற்றுக்கு ஒப்புதல் அளித்திருப்பதையும் அவர்கள் கருத்தில் கொள்வதற்கு மறுக்கிறார்கள்.

1951ஆம் ஆண்டில் இயற்றப்பட்ட முஸ்லிம் விவாக, விவாகரத்துச் சட்டத்தில் முக்கியமான திருத்தங்கள் செய்யப்பட வேண்டும் என்று இலங்கை முஸ்லிம் சமூகத்தின் மத்தியிலிருந்து எழுந்துள்ள கோரிக்கை நீண்ட வரலாறுடையது. முஸ்லிம் கல்வியாளர்கள், ஆய்வறிவாளர்கள், சட்டத்தரணிகள், சிவில் சமூகத்தினர், பெண்கள் அமைப்புகள் எனப் பலதரப்பட்டவர்கள் நாற்பது ஆண்டுகளுக்கு மேலாக இத்தகைய சீர்திருத்தத்துக்காகக்

குரல்கொடுத்துவந்துள்ளனர். 1970, 1984, 1990, 2005, 2009 ஆகிய ஆண்டுகளில் இலங்கை அரசாங்கத்தாலும் முஸ்லிம் அமைப்புகளாலும் இதைப்பற்றி ஆராய்வதற்குப் பல குழுக்கள் நியமிக்கப்பட்டன. இறுதியாக உச்ச நீதிமன்ற முன்னாள் நீதிபதி சலீம் மர்சூப் தலைமையில் முன்னாள் நீதி அமைச்சர் மிலிந்த மொரக்கொட 2009இல் நியமிக்கப்பட்ட 19 உறுப்பினர்களைக் கொண்ட குழு தனது அறிக்கையை அப்போதைய நீதி அமைச்சர் தலதா அத்துக்கோரல்லவிடம் 2018 ஜனவரியில் சமர்ப்பித்தது.

ஒன்பது ஆண்டுகால கடும் உழைப்பு, பரந்துபட்ட கலந்தாலோசனைகளின் பின்னரும்கூட இக்குழு ஏகமனதாக ஒரு தீர்மானத்துக்கு வரமுடியாமல் போனது. இக்குழு இரண்டாகப் பிளவுபட்டு ஒரே அறிக்கையில் இரண்டு வேறுபட்ட ஆலோசனைகளைச் (ஆலோசனைகள் 1, ஆலோசனைகள் 11) சமர்ப்பித்துள்ளது.

இக்குழுவின் ஒன்பது உறுப்பினர்கள் ஒப்பமிட்டு சலீம் மர்சூப் அவர்களால் சமர்ப்பிக்கப்பட்ட, அறிக்கையின் மிகப் பெரும்பகுதியை உள்ளடக்கும், ஆலோசனைகள் 1 குறிப்பாக முஸ்லிம் பெண்களைப் பொறுத்தவரை பாரபட்சமானவை என பரவலாகக் கருதப்படும் முஸ்லிம் விவாக, விவாகரத்துச் சட்டம் தொடர்பான விடயங்களில் பால் சமத்துவம், சமூக நீதி ஆகியவற்றை அடைவதற்குரிய சாதகமான முற்போக்கான நடவடிக்கைகளை உள்ளடக்கியுள்ளன. கணிசமான உலமாக்களும், முஸ்லிம் அமைப்புகளும், முஸ்லிம் ஆய்வறிவாளர்களும், பெண்கள் அமைப்புகளும் சலீம் மர்சூப் தலைமையிலான குழுவின் சீர்திருத்தங்களில் சில குறைபாடுகள் காணப்பட்டபோதும், ஏற்கின்றனர். சலீம் மர்சூப் குழுவினரின் ஆலோசனைகள் முஸ்லிம் பெண்களின் எதிர்பார்ப்புகளை முழுமையாக நிறைவுசெய்யவில்லை ஆனாலும், பெண்களும் சமமான பிரசைகள் என்ற வகையில் அவர்களது கௌரவத்தை உறுதிப்படுத்தும் வகையிலும் இந்த ஆலோசனைகள் இருப்பதால் ஆதரவான நிலைப்பாட்டை எடுத்தனர்.

அகில இலங்கை ஜம்மியத்துல் உலமா சபையின் தலைவரும் செயலாளரும் தலைமைதாங்கும் மாற்றுக் குழுவினது ஆலோசனைகள் 11 ஆனது, சலீம் மர்சூப் குழுவினரின் ஆலோசனைகளிலிருந்து மிக முக்கியமான அம்சங்களில்

முரண்படுகின்றன. "முஸ்லிம் சட்டத்தைப் பொறுத்தவரை முஸ்லிம் சமூகத்தின் அவசரமான தேவை நிருவாகச் சீர்திருத்தமே தவிர சட்டத்தைத் திருத்துவதல்ல" என்பதே அவர்களின் கருத்தாக உள்ளது. முஸ்லிம் விவாக, விவாகரத்துச் சட்டத்தில் பெண்களின் உரிமைகளை வலியுறுத்தும், கௌரவத்தினையும் பாலியல் சமத்துவத்தினையும் உறுதி செய்யும் வகையிலான திருத்தங்களுக்கு ஜம்மியத்துல் உலமா தடையாக உள்ளது. தற்போதுள்ள முஸ்லிம் தனியாள் சட்டம் ஷரியாவின் அடிப்படையிலானது என்றும், அது மாற்றமுடியாதது என்றும் வாதிட்டுவருகின்றனர்.

சமத்துவம், சமூக நீதி என்பன இஸ்லாத்தின் அடிப்படையான இரு மூலக்கோட்பாடுகள் என்று கூறுகின்ற உலமாக்களே முஸ்லிம் விவாக விவாகரத்துச் சட்டத்திற்கு எதிராக இருப்பதுடன், சமூகத்தினை பிழையாக வழிநடத்தி சமூகத்தின் மத்தியில் பிளவுகள் உருவாகவும் இந்த உலமாக்களே காரணமாக உள்ளனர்.

மலேசியா, இந்தோனேசியா, எகிப்து, மொறோக்கோ, டூனீசியா போன்ற பல இஸ்லாமிய நாடுகள் ஏற்கனவே தனியாள் சட்டங்களில் பல முன்னேற்றகரமான திருத்தங்களைப் பாலின சமத்துவத்தையும், பெண் கௌரவத்தினையும் அடிப்படையாகக் கொண்டு நடைமுறைப்படுத்தியுள்ளன. ஏன் முஸ்லிம்கள் "புனித பூமி"யாக கருதுகின்ற பாலஸ்தீனத்திலேயே கூட இஸ்லாமிய ஷரீஆவின் முஸ்லிம் தனியாள் சட்டத்தில் காலத்திற்கு ஏற்புடைய பல்வேறு மாற்றங்கள் செய்யப்பட்டுள்ளன. அங்கு பெண்கள் 2006 இலேயே காதி நீதிமன்றங்களில் காதி நீதிபதிகளாக பணியாற்றத் தொடங்கிவிட்டனர்.

முஸ்லிம் விவாக விவாகரத்துத் தனியாள் சட்டம் மாற்றியமைக்கப்பட வேண்டும் என்பதில் முஸ்லிம் அரசியல்வாதிகள் பலர் கருத்தொருமைப்பாடு கொண்டுள்ள போதிலும் அகில இலங்கை ஜம்மியத்துல் உலமாவின் அழுத்தம் அவர்களைத் தடுமாறச் செய்து வருகின்றது. விவாக விகாரத்துச் சட்டத் திருத்தம் வெறுமனே அரசியல் தளத்திற்கான காயாக இருப்பதிலிருந்து மக்கள் தளத்திற்கு நகர்த்தப்படவேண்டும். கடந்த முப்பதாண்டு காலங்களோடு ஒப்பிடுகையில் இந்த நிலையில் மெச்சத்தக்க முன்னேற்றங்கள் பல நிகழ்த்தப்பட்டிருக்கிறது. தனியார் சட்டத் திருத்தம் தொடர்பான

கருத்தாடல்களை மக்களிடையே எடுத்துச் செல்வதற்கான முயற்சிகளும் நடந்துதான் உள்ளன. சிவில் அமைப்புகளும், பெண் செயற்பாட்டாளர்களும் பல்வேறுபட்ட அழுத்தங்களையும் செயற்பாடுகளையும் தொடர்ந்தும் முன்னெடுத்து வந்துள்ளனர். ஆனால் இவை போதவில்லை. ஆண்களின் தலைகளுக்கு மேலாக உயர்ந்து ஒலிக்க இன்னும் பெண்கள் வலுப்படவேண்டியதன் அவசியத்தையே அண்மைக்கால நிகழ்வுகள் உணர்த்துகின்றன.

சட்டத் திருத்தம் தொடர்பான ஆலோசனைக் கூட்டங்களிலும் சந்திப்புகளிலும் வெறுமனே ஆண்களே குழுமியிருக்கிறார்கள். பெண்களுக்காக பெண்களின் நலன்களுக்காகத் தீர்மானிக்கும் சக்தியாக தங்களை தாங்களே முன்னிறுத்திக் கொள்ளும் தன்முனைப்பு வியாதியிலிருந்து அகில இலங்கை ஜம்மியத்துல் உலமாவும், ஏனைய உலமாக்களும், முஸ்லிம் அரசியல்வாதிகளும் தங்களை விடுவித்துக் கொள்ளவேண்டும்.

ஆணாதிக்க மதவாத பீடைகளுக்குள் அகப்பட்டுக்கிடக்கும் முஸ்லிம் பெண்களின் உரிமைகளும், கௌரவங்களும் அடங்கிய இஸ்லாமிய விவாக விவாகரத்துச் சட்டத் திருத்தமானது வெறுமனே எப்படியோ, யாரினதோ அரசியல் இலாபங்களுக்காக, சுய இலக்குகளுக்காகத் திருத்தப்படும் ஒரு சட்டமாக இல்லாது, அது மெய்யாகவே பெண்களின் உரிமைகளை மதிப்பதாகவும் உறுதி செய்வதாகவும் அவர்களைத் தீர்மானிக்கும் சக்திகளாக அங்கீகரிப்பதாகவும் மாற்றப்படவேண்டும். பெண்ணின் திருமண வயது அதிகரிக்கப்படுவது மட்டுமல்ல, விவாகப் பதிவுப் பத்திரத்தில் மணமகளின் கையெழுத்தை கட்டாயமாக்குதல் வேண்டும். பெண்கள் காதி நீதிவான்களாக நியமிக்கப்படவேண்டும். விவாகரத்தின் போது பெண்ணுக்கு நஷ்டஈடு தரப்படவேண்டும். குழந்தைகள் பராமரிப்புக்கு நியாயமான தீர்வுகள் அளிக்கப்படவேண்டும். பலதாரமணம் முற்றாகவே இல்லாமலாக்கப்படவேண்டும். பொதுச்சட்டத்தின் கீழ் முஸ்லிம்கள் தங்களது திருமணங்களைப் பதிவு செய்யும்படியான நெகிழ்வுத்தன்மை கொண்ட ஒரு தனியார் சட்டத்திருத்தம் கொண்டுவரப்படவேண்டும்.

செப்டம்பர், 2019

நல்லிணக்கம்:
கடந்தகால அநீதியின் எதிர்கால உள்ளொளி

நல்லிணக்கம் என்பது திறந்த பொருளாதாரக் கொள்கையில் தாராள வணிகத்தை எதிர்கொள்ளும்போது, கடந்த கால நிகழ்காலப் படுகொலைகளும் இனப்படுகொலைகளும் அதிகாரபூர்வமாக ஏற்கப்படுவது அல்லது மறுக்கப்படுவது என்கிற பன்னாட்டு வர்த்தக முயற்சியாக மாறிவிட்டிருக்கின்றது. அரசுகளும் அதிகாரபூர்வ அமைப்புகளும் "நல்லிணக்கம்" என்ற தொன்மையான தொனிப்பொருளை இன்று இவ்வாறுதான் கையாள்கின்றன.

இன, இனத்துவ, சமய, தேசிய பாரபட்சங்கள் நிரம்பிய இலங்கை போன்ற நாடொன்றில் "நல்லிணக்கம்" குறித்துப் பேசுவது நகைச்சுவையான அறமற்ற செயலாகவே பார்க்கப்படுகின்றது. நல்லிணக்கம் என்பதே இன, இனத்துவ, சமய தேசிய பாரபட்சங்கள் முரண்பாடுகள் நிரம்பிய இடமொன்றிலிருந்து கட்டமைக்கப்படுவதே. இத்தகைய சூழலில்தான் நல்லிணக்கத்திற்கான தேவைப்பாடும் உள்ளது. இதில் நகைச்சுவை ஒன்றுமில்லை. இது அறமற்ற செயலென்பதற்கான நியாயங்களும் இல்லை. அரசியல் தரப்புகளும், பொருள்முதல்வாதிகளான தனி நபர்களும் குழுக்களும் நல்லிணக்கத்தின் மீதான நம்பிக்கையற்ற சூழல்களைத் தொடர்ந்தும் தக்கவைத்துக் காப்பாற்றிக் கொள்ளப் பாடுபடுகின்றார்கள். படைப்பாளிகள் இதற்கு எதிர்த் திசையில் பயணிப்பதற்கான பாதையொன்றைச் சிறு கற்களால் நிரப்பிக் கொண்டிருக்கின்றார்கள்.

போருக்குப் பின்னராக ஈழத்திலிருந்து வருகின்ற இலக்கியப் படைப்புகள், பத்தி எழுத்துக்கள் அனைத்திலும் பெரும்பாலானவை படைப்பாளிகளின் சுயவிசாரணைகளாகத்தான் வருகின்றன. முள்ளிவாய்க்கால் அவலத்தின் நேரடிச் சாட்சியாளர்களாக இருந்தவர்கள் பலர் தங்களது இதயங்களையும் மூளைகளையும் அவிழ்த்துத் தண்டவாளத்தில் வைத்துள்ளனர்.

படைப்பாளியின் மனம் என்பது ஒரே நிலையில் தேங்கிக் கிடப்பதல்ல. இழப்பையும் அழிவையும் பேரவலத்தையும் கூடவே குற்றங்களையும் குற்றங்களுக்குத் துணைபோதலையும் சுரண்டிச் சுரண்டி உறக்கத்தையும் பசியையும் காவு கொடுக்கின்ற மனத்தை அரிதாக வாய்க்கப் பெற்றவர்களே படைப்பாளிகள். ஈழத்துப் படைப்பாளிகள் தங்கள் மனவிசாரங்களை விசாரணைகளாக, சாட்சியங்களாக முன்வைத்து வருகின்றார்கள். தமிழ்க்கவியின் 'ஊழிக்காலம்' தமிழினியின் 'போர் வாளின் நிழலில்' எல்லாம் சாட்சி ஆவணங்களே.

இவர்களது படைப்புகள் புலி ஆதரவுத் தமிழ் தேசிய வாதிகளாலும் அரசியல் சூட்டில் குளிர் காயும் குழப்பவாதிகளாலும் எப்படியான சித்திரவதைக்கும் சத்திரசிகிச்சைகளுக்கும் உள்ளாக நேரும் என்பதை அறிந்தும் துணிந்தே இவர்கள் இதைச் செய்தார்கள். கடந்தகால வரலாற்றுப் பாடங்களிலிருந்து படைப்பாளிகள் காணவிரும்பும் எதிர்காலம் பற்றிய உள்ளொளியை வரவேற்போர் இங்கே அரிதாகவே உள்ளனர்.

சொந்த நாட்டுக்குச் சுற்றுலாப் பயணிகளாக வந்திருந்த இலங்கையர் ஒருவரையும் அவரது துணைவியாரையும் சந்தித்து உரையாடிக் கொண்டிருந்தபோது, அவர்களது குரலிலிருந்து வந்த துயரமும், வயது ஏற ஏற சொந்த நாட்டின் மீதும் மண்ணின் மீதும் உண்டாகின்ற அதீத நேசமும் அவர்களை வருத்திக் கொண்டிருப்பதை உணரக்கூடியதாக இருந்தது. அவர்கள் பெரும்பாலும் தங்களைத் தாங்களே சுயவிசாரணை செய்வதற்குத் தயாரான மனநிலையில் இருந்தார்கள். இங்கே சுயவிசாரணை செய்யவேண்டியவர்கள் யார் என்கிற கேள்வி எழுகின்றது. பாதிக்கப்பட்டவர்களா? பாதிப்புகளை உருவாக்கியவர்களா? பாதிக்கப்பட்டோரும் பாதிப்புகளின் சூத்திரதாரிகளும் ஆகிய

இருதரப்புமே சுயவிசாரணை செய்வதன் மூலமாகத்தான் எதிர்காலத்தை ஒரு நேர்கோட்டிற்கு இழுக்க முடியுமாக இருக்கும்.

இடதுசாரி முற்போக்காளர்களும் படைப்பாளிகளும் நிகழ்காலத்தை "பகை மறப்புக் காலம்" என்பதாக அணுக முற்படுகின்றனர். நல்லிணக்கம் என்பதை தங்களுக்குச் சாதகமான பொருளாக மாற்றிக் கொள்வதும் விளங்கிக் கொள்வதுமான முரண் காலத்தில் இத்தகைய ஆக்கச் செயல்பாடுகளுக்கு இருக்கத்தக்க விமர்சனங்களும் சவால்களும் பெரும் மனச்சோர்வை உண்டு பண்ணக்கூடியவை என்பதில் சந்தேகமில்லை.

இலங்கையைப் பொருத்தமட்டில் இனமுரண்பாடுகள் இன ஒடுக்குமுறை என்பன தொற்றுநோய்கள். இந்த நோய்களுக்கான நிவாரணங்கள் உலகில் எங்குமே இல்லை, புலம் பெயர்ந்த நாடுகளில் வாழ்வோரிடமும் இல்லை, நோர்வே, இந்தியா, சீனா, வல்லரசாகிய அமெரிக்காவிடமும் இல்லை. இவ்வளவு ஏன் ஐக்கிய நாடுகள் சபையிடமும் இல்லை. நாம் பேசவேண்டிய நல்லிணக்கம் சிங்கள பௌத்த பேரினவாதத்திற்குச் சாமரம் வீசுவதற்கான நல்லிணக்கமல்ல. நாம் பேசவேண்டியது சுய அழிவிலிருந்து நம்மைப் பாதுகாப்பதற்கான நல்லிணக்கம். ஆம்! நாம் சுய அழிவையே எதிர்கொண்டிருக்கிறோம். அது எவ்வளவுக்கென்றால், இன்னும் ஓர் அடி எடுத்துவைத்தால் விழுந்து நொறுங்கத்தக்க சுய அழிவு. அறிவுணர்வை நாம் முற்றாக இழந்து விடுவோமா என்று அச்சமாக உள்ளது. நிகழ்ந்து முடிந்த பயங்கரவாதத்தின் முப்பரிமாணங்கள் எமக்குள் விதைத்திருக்கும் வன்ம உணர்வுகளிலிருந்தும் குழப்பங்களிலிருந்தும் எம்மை விடுவிக்கவேண்டியதிருக்கிறது, குறைந்தபட்சம் எமக்குள்ளிருக்கும் மனிதத் தன்மைகளைக் காப்பாற்றிக் கொள்வதற்காகவேனும்.

1982 இல் மாவட்ட சபைத் தேர்தல் பிரச்சாரக் காலத்தில் அப்போது மகாவெலி அபிவிருத்தி அமைச்சராக இருந்த காமினி திஸ்ஸநாயக்கா தலைமையில் அவரது மேற்பார்வையில் சிங்களப் பேரினவாதம் பெருந் தீ கொண்டு யாழ்ப்பாணம் பொது நூலகத்தை எரித்த வரலாற்று உண்மையை

ஏற்றுக்கொள்கின்ற தமிழர்களில் எத்தனை பேர் 1990இல் இந்திய இராணுவம் வெளியேறிய சூட்டோடு மட்டக்களப்பு, ஏறாவூர் பொது நூலகத்தைப் புலிகள் எரித்தார்கள் என்கிற வரலாற்று உண்மையையும் ஏற்பார்கள்? யாழ்ப்பாண பொது நூலகமும், ஏறாவூர் பொது நூலகமும் ஒன்றா என்று கேட்காதீர்கள். அளவு சிறிதா பெரிதா என்பதல்ல இங்கு விவகாரம். இரு வன்முறைகளுக்குமான வன்மம் தான் இவ்விரண்டையும் நோக்குவதற்கான சரியான அளவீடாக இருக்கமுடியும்.

இற்றை வரைக்கும் புலிகளால் இஸ்லாமியர்களுக்குத் திட்டமிட்டு நிகழ்த்தப்பட்ட வன் கொடுமைகளை ஏற்றுக் கொள்ள மறுக்கிறவர்களும் புலிகளின் திட்டமிட்ட இன அழிப்புகளைச் சரி காண்கிறவர்களுமே சுய அழிவை நோக்கிப் போய்க் கொண்டிருப்பவர்கள்.

சிங்களப் பேரினவாதத்தின் கரங்களில் இருக்கின்ற கறைகளை நோக்கத் தெரிந்தவர்களுக்கு புலிகளின் கரங்களில் இருந்த கறைகளை கவனிக்கத் தெரியவில்லை என்பது அறிவுணர்வை இழந்த நிலைக்குச் சமனானதே.

போர்க்காலத்திலும் சரி, தற்காலத்திலும் சரி வடக்கும் கிழக்கும் இரு வேறு துருவங்களாகத்தான் இருக்கின்றன. இலங்கையில் தமிழ் பேசுகின்ற இஸ்லாமியர்கள், ஏன் தங்களை தமிழ் பேசும் இஸ்லாமியத் தமிழர்களாக அடையாளப்படுத்துவதில்லை என்பதாகக் கேள்வி எழுப்புகிறவர்கள் கிழக்கில் இஸ்லாமியர்கள் செறிந்து வாழும் நகரங்கள், கிராமங்களுக்கு ஒரு முறையென்றாலும் சென்று வரவேண்டும். அங்கு வாழும் குடிமக்களிடம் இந்தக் கேள்வியைக் கேட்கவேண்டும். போரின் உக்கிரமும் இனமுரண்பாடும் இன அடையாளத்தைப் பற்றிய பிரக்ஞையை புரையோடிப்போயிருக்கும் சமூகப் பிளவுகளை அங்கே நேரடியாகக் காணலாம். இவற்றுக்கு நம்மிடம் தீர்வுகள் இருக்கின்றனவா?

இத்தகைய வரலாற்றுத் தொடர்ச்சியான முரண்பாட்டுப் பிளவுகளுக்கு நல்லிணக்கம் தீர்வாகுமா என்று கேட்டால் "ஆம்" "இல்லை" ஒற்றைப் பதில்கள் பொருத்தம் பெறாது. ஏனென்றால் கடந்தகாலத் தவறுகளைக் களைவதற்கு நாம் முயன்றவர்களில்லை. பிற இனத்தவரையும் அவரது குறைபாடுகளையும் ஆராய்ந்து ஏற்கவோ நிராகரிக்கவோ

பழக்கப்படுத்தப்பட்டவர்கள் அல்ல. எமது சௌகரியங்களுக்குத் தகுந்த வகையில், நாம் நம்பிக் கொண்டிருக்கின்ற கொள்கைகளுக்குத் தகுந்த வகையில் அல்லது நாம் மரியாதை செலுத்திக் கொண்டிருக்கின்ற மனிதர்களுக்குப் பிடித்தமான வழிகளில்தான் ஏற்றும் நிராகரித்தும் மட்டும் பழக்கப்பட்டிருக்கிறோம். இவற்றையெல்லாம் களைந்த ஒரு பார்வை இலங்கை தீவுக்குத் தேவைப்படுகின்றது.

போர்க் காலங்களில் போரைத் துரிதப்படுத்திக் காண்பிக்கவும் அதன் உக்கிரத்தையும் போராளிகளின் தீரச் செயல்களையும் வீரச்சாவுகளையும் பொதுசனங்களுக்குப் பரப்புரை செய்வதற்காக புலிகள் ஊடகங்களைப் பயன்படுத்தி வெற்றியும் கண்டார்கள். புலிகளின் இலத்திரனியல் அச்சு ஊடகங்கள் மக்களை கிணற்றுத் தவளைகளாக வைத்திருந்து, தணிக்கைச் செய்திகளை மட்டுமே மக்களின் கவனத்திற்குக் கொண்டு சென்றனர். இதையேதான் அரச ஊடகங்களும் செய்தன, இன்றும் செய்து கொண்டிருக்கின்றன. இந்த ஒரு பக்கச் சார்பு செயற்பாடே இன்று தனிநபர்களின் சிந்தனைச் சுதந்திரத்தில் பாரிய இடையூறுகளைச் செய்து கொண்டிருக்கின்றன. பாசிசத்தின் அரங்கேற்றங்களுக்குப் பலியாடுகளாக இருந்து அவற்றையே மடத்தனமாக நம்பிக்கொண்டிருந்த நாம் நமது சுய உணர்வுகளை மீட்கவேண்டிய நிலைமாறும் காலமே இது. நமது சொந்த வாழ்வில் பொது வாழ்வில் பாசிசத்தின் அடிச்சுவடுகளை நமக்குள் விட்டுச் சென்றிருக்கும் போரையும் அழிவு சக்திகளையும் மெச்சிக் கொண்டிருப்பது மடத்தனம்.

தொட்டிலும் ஆட்டிப் பிள்ளையும் கிள்ளுகின்ற நல்லிணக்கமோ, முதுகில் தடவி நெஞ்சில் குத்துகின்ற நல்லிணக்கமோ, அயல் நாடுகளிலிருந்து வரும் அந்நியப் பணத்தில் குளுகுளு அறைகளில் கொண்டாடிக் களிக்கும் நல்லிணக்கமோ நமக்கு வேண்டியதில்லை. இனங்களுக்கிடையிலான மதங்களுக்கிடையிலான நல்லிணக்கங்களுக்குச் செல்வதற்கு முன்பாக ஓங்கி நிற்கின்ற தேவை தனிநபர்களுக்கிடையிலான நல்லிணக்கம் பற்றிய பிரக்ஞையே.

எந்தவொரு அழிவையும் அழிவாகவும், இனப்படுகொலையை இனப்படுகொலையாகவும், இன அழிப்பை இன அழிப்பாகவும் ஏற்கத்தக்க நல்லிணக்கமே தனிநபர் நல்லிணக்கம். உள்ளதை

உள்ளபடியே ஏற்றுக்கொள்வதற்கு ஒருவர் இன, இனத்துவ, சமய, தேசிய சார்பு நிலைகளைத் களைந்தவராக இருத்தல் வேண்டும். ஒருவர் இந்த நிலைப்பாட்டுக்கு வருவதும் அல்லது ஒருவரை இத்தகைய நிலைப்பாட்டுக்குள் கொண்டுவரச் செய்வதும் அத்தனை எளிய செயற்பாடுகள் அல்ல. கடந்த காலப் பேரழிவின் வரலாற்றுக் குழிகளை நிரப்புவதற்கு "நல்லிணக்கம்" என்கிற சிறிய கற்கள் போதாமலிருக்கலாம். ஆனால் சாத்தியமாகாது என்பதற்கில்லை.

நெல்சன் மண்டேலா சொல்லியிருப்பதுபோல, "மக்கள் வெறுப்பதற்குக் கற்றுக் கொள்கிறார்கள். அப்படி அவர்களால் வெறுப்பதற்குக் கற்றுக் கொள்ள முடியுமாயின், அதனைவிட அவர்களுக்கு அன்பு செலுத்துவதற்கு நம்மால் கற்பிக்க முடியும்."

டிசம்பர், 2017
தமிழ் மிரர் நாளிதழ்

விழலுக்கு இறைத்த நீராகிப்போன தேசிய எழுச்சிப் போராட்டங்கள்

தமிழகத்திற்குச் செல்கின்ற ஒவ்வொரு முறையும் எதிர்கொள்கின்ற கேள்விகளில் ஒன்று, "தமிழகத்தில் வாழும் முஸ்லிம்கள் தங்களைத் தமிழர்களாகவே கருதிக் கொள்கிறார்கள். ஆனால் இலங்கையில் முஸ்லிம்கள் தங்களைத் தனி இனமாக நிறுத்திக் கொண்டிருக்கின்றார்கள், ஏன்?" என்பது.

உம்மத் நாவலில் தமிழர்கள் - முஸ்லிம்கள் என்றே எழுதியிருக்கிறேன். இது பிரித்தாளும் மனோபாவத்தினால் அல்ல, இலங்கை தமிழ் பேசும் மக்களிடையே இன்றைக்கும் புழக்கத்தில் இருப்பதனால். இலங்கைச் செய்தி ஊடகங்கள் இன்றளவும் தமிழ் - முஸ்லிம்கள் என்ற பிரயோகத்தையே கையாள்கின்றன.

2013, 2014களில் போர்க்குற்றவாளி மஹிந்த ராஜபக்ஷவுக்கு தண்டனை பெற்றுக்கொடுக்கும் நோக்குடன் தமிழக மாணவர்கள் போராடிக்கொண்டிருந்தபோது, சென்னையில் இருந்தேன். போராட்டத்தில் ஈடுபட்ட சில மாணவர்களைச் சந்திக்கின்ற வாய்ப்பும் கிடைத்தது. சகோதர தமிழ் இனத்தைக் கொன்றொழித்த அரக்கனுக்கு தண்டனைளிப்பதும் ஈழ மக்களுக்கு நீதியைப் பெற்றுக் கொடுப்பதுமே மாணவர் எழுச்சியின் நோக்கங்கள். பெரும்பாலும் அதுவொரு சக்தி வாய்ந்த மாணவர் எழுச்சியாகவே இருந்தது. மாணவர் எழுச்சியை சில அரசியல்வாதிகள் அரசியலாக்க முயன்று மூக்குடைப்பட்டபோது, அவர்களது தெளிவான உறுதியான நோக்கம் வெளிப்படையாகத் தெரிந்தது.

இலங்கைத் தமிழர்களின் அரசியல் விடிவாக நம்பப்படும் தமிழ் ஈழப் போராட்டத்திற்கு ஆதரவான கொள்கையுடைய மாணவர்கள், பிஸ்கட் தின்று கொண்டிருந்த பிரபாகரனின் மகன் பாலச்சந்தரனின் விம்பத்தை உணர்ச்சிக் கொந்தளிப்புச் சித்திரமாக உள்வாங்கிக் கொண்டிருந்த அளவு, அறிவுரீதியாக இலங்கை இன முரண்பாட்டு அரசியலை உள்வாங்கிக் கொண்டிருக்கவில்லை. இலங்கை அரசியல் பற்றியதான தமிழக மாணவர்களின் அறிவு முள்ளிவாய்க்காலோடே மட்டுப்படுத்தப்பட்டிருந்தது. அவர்கள் ஈழம் பற்றி முன்னர் புலிகளால் பரப்புரைக்கப்பட்டதையும், புலி ஆதரவாளர்களால் பரப்புரைக்கப்பட்டதையும் மட்டுமே உள்வாங்கி உயரப் பறக்கும் பலூன்களாகவே தெரிந்தார்கள்.

இனப்படுகொலைக்கு எதிராக சர்வதேச நீதி கிடைக்கப் பெறவேண்டும் என்பதும் இலங்கை ஜனாதிபதி மஹிந்த ராஜபக்ஷவை பொறுப்புக்கூறல் பொறிமுறைக்குள் நகர்த்தவேண்டும் என்பதும் நியாயமான எதிர்பார்ப்புகள். இது விவாதங்களுக்கு அப்பாற்பட்டது. மானுடத்திற்கு எதிரான மிகப்பெரிய அச்சுறுத்தலை நிறுவிய அரச தீவிரவாதி மஹிந்த ராஜபக்ஷவும் அவர் தலைமையிலான அரசாங்கமும்.

இருப்பினும், மூன்று தசாப்தங்கள் வரலாறு கொண்ட ஈழம் என்கின்ற கனவில் அவ்வளவு துல்லியமாக ஐக்கியமாகியிருக்கும் புதிய தலைமுறை ஈழப்போர் ஏற்படக்காரணமாக இருந்த காயங்களையும், தோல்விகளையும், ஒடுக்குமுறைகளையும் எந்தளவு புரிந்து கொண்டிருக்கிறார்கள்? போரின் வரலாற்றுப் பின்னணி, ஒரு தேசத்தின் சிறுபான்மை இனங்கள், ஒடுக்குமுறைகள், உள்ளார்ந்த நிலைகள், பிளவுகளை முற்றுமுழுதாக விளங்கிக் கொள்ளாத அல்லது அதற்கு முற்படாத ஒரு தலைமுறையாகவே இருந்துவிட விரும்புகின்ற இளம் சமுதாயத்தின் சோம்பேறித்தனத்தை பல சந்தர்ப்பங்களில் நேரடியாகச் சந்தித்தபிறகு இந்தக் கேள்வி எழுகிறது. இன்றைய தலைமுறையின் இந்நிலைக்கு அவர்கள் மட்டுமே பொறுப்பாளிகள் இல்லை. முன்னைய தலைமுறையின் சார்பு நிலையும் விமர்சனப்போக்கற்ற அரசியலும் காரணம்.

தமிழர்கள் உயிர்த்தியாகம் செய்து போராடி தனி ஈழம் சாத்தியமாகின்றபோது போராடாமல் புண்படாமல்

வெற்றிக் கனியை இலங்கையில் வாழும் இஸ்லாமியர்களும் அனுபவிக்கக் காத்திருந்தார்கள் என்றும் அது ஏற்றுக் கொள்ள முடியாதது என்றும் இளைஞர்களிடையே கருத்து நிலவுகின்றது. தமிழகத்திலும், இலங்கையிலும்கூட பெரும்பான்மையானவர்களின் நிலைப்பாடும் இதே.

இலங்கையின் இனப்பிரச்சினையானது இவர்கள் நம்பிக் கொண்டிருப்பதைப்போலச் சிங்கள - தமிழ் இன முரண்பாடுகளை மட்டும் கொண்டதில்லை. இது சிங்களவர் - தமிழர் - இஸ்லாமியர் ஆகிய முப்பரிமாண முரண்பாடுகளையும் வெவ்வேறு தளங்களையும் கொண்டிருக்கின்றது.

சிங்களவர் - தமிழர் - இஸ்லாமியர் முரண்பாடு இன்று நேற்றோ திடீரென்றோ ஏற்பட்டதில்லை. சுதந்திரத்திற்கு முந்தைய - காலனித்துவ காலத்திருந்தே காலனித்துவ ஆட்சியாளர்களால் உருவாக்கப்பட்டுச் சிங்களவர்களால் வளர்த்தெடுக்கப்பட்ட ஒன்று. ஊட்டிச், சீராட்டி வளர்க்கப்பட்டுவந்த இன முரண்பாடு பல்வேறுபட்ட அனுபவங்கள் அரசியல் நிலைப்பாடுகளால் காலத்திற்குக் காலம் மாற்றியமைக்கப்பட்டுச் சிறுபான்மைத் தமிழர்களை புலிகளாகவும் வன்முறையாளர்களாகவும் உருமாற்றியிருக்கிறது.

பேரின சக்தியின் கோர முகம்

சிறுபான்மை இனத்தைப் புறக்கணித்தவைகளாகவே இலங்கையில் ஆட்சிக்கு வந்த அத்தனை அரசாங்கங்களும் இருந்துள்ளன. எந்தவொரு அரசாங்கமும் சிறுபான்மையினருடன் அதிகாரத்தைப் பகிர்வதற்குத் தயாராக இருக்கவில்லை. 1915இல் அதிகாரப் பகிர்வு எனும் பிரக்ஞையே இல்லாதிருந்த காலத்திலேயே இஸ்லாமியர்கள் மீது பேரினவாதம் வன்முறை நிகழ்த்திக் கோர முகத்தை முதன் முறையாக வெளிப்படுத்தியிருந்தது. 1948இல் மலையகத் தமிழர்களுடைய வாக்குரிமையைப் பறித்து நாடாளுமன்றப் பிரதிநிதித்துவத்தை இழக்கச் செய்தது. இலங்கையில் இனவாதத்தின் தொடக்கமாகப் பார்க்கப்படக் கூடிய இரு நிகழ்ச்சிகள் இவை.

1915இல் முஸ்லிம்களுக்கெதிரான வன்முறையில் ஈடுபட்ட சிங்களத் தலைவர்கள் கைது செய்யப்பட்டதைக் கண்டித்துக் காலனித்துவ அரசுக்கு எழுதிய கடிதத்தில் "பிரித்தானிய

அதிகாரிகள் சிங்களவர்களைச் சுட்டாலும் தூக்கிட்டாலும் அடைத்து வைத்தாலும் கைது செய்தாலும் என்னதான் செய்தாலும் சிங்களவர்களுக்கும் முஸ்லிம்களுக்குமிடையே மனக்கசப்பு எப்போதும் இருந்துகொண்டே இருக்கும்" எனக் குறிப்பிட்ட சிங்கள பௌத்த தேசிய வாதத்தின் தந்தையான அனாகரிக தர்பால முதல் கொண்டு "இலங்கை ஒரே நாடு ஒரே இனம் ஒரே மக்கள். இங்கு சிறுபான்மையினர் கிடையாது" என்று வலியுறுத்திவரும் மஹிந்த ராஜபக்ஷ வரை சிறுபான்மை இனங்களை அடியோடு வெறுக்கின்ற இனவாதக் கருத்துக்களைப் பரப்புரை செய்து சிங்கள தேசிய வாதத்தை முன்னிறுத்துகின்றவர்கள். அவர்கள் சிறுபான்மை மக்களைப் பற்றியோ அவர்களின் உயிர்களைப் பற்றியோ கருத்துக்களைப் பற்றியோ கவலைப்படுகின்றவர்கள் கிடையாது. தமிழர்களை ஆயுதப்போராட்டத்தை நோக்கி நகரச் செய்த இலங்கையின் முதலாவது நிறைவேற்று அதிகாரங் கொண்ட ஜனாதிபதியான ஜே.ஆர்.ஜெயவர்த்தன "நான் தமிழர்களைப் பட்டினி போட்டுக் கொன்றாலும் சிங்களவர் மகிழ்ச்சியடையவர்" என்று கூறியவர். இத்தகைய குரூர முகம் கொண்டதே சிங்களப் பேரினவாதம்.

அரசாங்க உயர்மட்டத் தலைவர்களின் அனுசரணையுடன் இயங்கிவரும் சிங்கள இனவாதக் குழுக்கள் இஸ்லாமியர்களைக் குறிவைத்து எதிர்வினையாற்றுகின்றன. இஸ்லாமியர்களின் பள்ளிவாசல்கள் மீதான தாக்குதல்கள் அவற்றை அகற்றுவதற்கான முயற்சிகள் இஸ்லாமிய இளைஞர்கள் மீதான கெடுபிடிகள் மதம் மீதான அத்துமீறல்கள் என அவை நீள்கின்றன. இவை மற்றுமொரு இன அழிப்புக்கு சிங்களப் பேரினவாதம் தயாராகிக் கொண்டிருப்பதையே காட்டுகின்றன.

சிங்களப் பேரினவாதத்தின் வன்முறைக் கரங்கள் தமிழர் இஸ்லாமியர் பேதமின்றி சிறுபான்மை முழுவதையும் நோக்கியதாக நீண்டிருப்பதை வரலாறு நெடுகிலும் காணமுடியும்.

இஸ்லாமியரும் தமிழரும் சிங்களப் பேரினவாத அடக்கு முறைக்கு எதிர்வினையாக தங்கள் விதிகளைத் தாங்களே எழுதிக் கொண்டனர்.

இஸ்லாமியர் எழுச்சிப் பாதை

மூவின முரண்பாடு பற்றிய தெளிவே தமிழர் - இஸ்லாமியர் ஐக்கியத்தையும் உறவின் விரிசலையும் புரிந்து கொள்ள வழி செய்வதாக அமையும். தமிழர் - இஸ்லாமியரின் அரசியல் ஆரம்பகாலப் போக்குகளையும் சுயாதீன வேட்கைக்கான முகாந்திரங்களையும் சரிவரப் புரிந்து கொள்வது இடியப்பமொன்றின் நூல்களைப் பிரிப்பதற்குச் சமனான நடவடிக்கையும்கூட. தமிழர் உரிமைப் போராட்டத்தில் விடுதலைப் புலிகளின் தலைவர் பிரபாகரன் எந்தளவு முக்கியமானவரோ இஸ்லாமியர்களுக்கு அத்தனை முக்கியமானவர் எம்.எச்.எம். அஷ்ரஃப். இவரே வடக்கு கிழக்கு இஸ்லாமியர்களின் அரசியல் அந்தஸ்த்தைக் கட்டமைத்தவர். இவர் குறித்து அறிந்து கொள்வதனூடாக தமிழர் - இஸ்லாமியர்களின் சமூக உறவுகள் சீரழிந்த வழிகளையும் அரசியல் முரண்பாடுகள் வலுத்த விதங்களையும் அறிந்து கொள்ளலாம்.

இலங்கையின் இன முரண்பாடென்பது சிங்கள – தமிழ் என்ற இரு தரப்பு சார்ந்தது அல்ல, அது சிங்கள – தமிழ் - இஸ்லாமியர் என்ற முத்தரப்பு சார்ந்தது என்பதை புரிந்து கொள்ளச் செய்ததுடன், இலங்கை இஸ்லாமியர்களுக்கு தனித்துவ அடையாளம் உண்டு என்பதையும் எம்.எச்.எம்.அஷ்ரஃப் நிறுவியிருக்கிறார். இவர் தந்தை செல்வநாயகத்தின் அரசியல் செயற்பாடுகளில் மரியாதை கொண்டிருந்தவர். சமஷ்டிக் கட்சியின் மேடைகளில் பேசியவர். தமிழர் ஐக்கிய விடுதலை முன்னணி (TULF) 1976 இல் ஈழத்திற்கான கோரிக்கையை ஏகமனதாக நிறைவேற்றிய சரித்திர முக்கியத்துவம் வாய்ந்த வட்டுக்கோட்டை மாநாட்டிலும் கலந்து கொண்டவர்.

1977இல் முஸ்லிம் ஐக்கிய முன்னணியை உருவாக்கி அப்பாப்பிள்ளை அமிர்தலிங்கத்துடன் ஓர் ஒப்பந்தத்தைச் செய்து கொண்டார் அஷ்ரஃப். அப்பாப்பிள்ளை அமிர்தலிங்கம் தேர்தலில் வெற்றியடைவதற்காக உழைத்தார். இதில் அஷ்ரஃப் போட்டியிடவில்லை. உற்சாகமாகப் பிரச்சாரம் செய்ததுடன் முஸ்லிம் வேட்பாளர்கள் சூரியன் சின்னத்தில் போட்டியிடுவதற்கும் வழி செய்தார். இக்காலத்தில் இடம்பெற்ற பிரச்சாரக் கூட்டமொன்றில் “அண்ணன் அமிர்தலிங்கத்தினால்

தமிழ் ஈழத்தை அமைக்க முடியாமல் போனால் தம்பி அஷ்ரஃப் அதைச் செய்வான்" என்று முழங்கியது அஷ்ரஃபின் உச்சக்கட்ட உரையாக இருந்துள்ளது. தமிழ் ஈழம் மீதான அஷ்ரஃபின் விருப்பம் இவ்வாறு இருந்தபோதும் கிழக்கு மாகாண இஸ்லாமிய மக்களின் விருப்பம் வேறாக இருந்தது. தேர்தலில் தமிழர் ஐக்கிய விடுதலை முன்னணியின் தமிழ் வேட்பாளர்கள் அமோக வெற்றியைப் பெற்ற அதேநேரம் இஸ்லாமியர்கள் எவரும் வெற்றிபெற்றிருக்கவில்லை. தமிழ் - முஸ்லிம் அரசியல் இலட்சியத்தைப் பகிரும் விருப்பத்திற்கு அப்பால் கிழக்கு மாகாண முஸ்லிம்கள் வேறு அபிலாஷைகளைக் கொண்டிருந்ததைத் தேர்தல் முடிவுகள் எடுத்துக்காட்டின.

1981இல் மாவட்ட அபிவிருத்தி சபைத் தேர்தலில் தமிழர் ஐக்கிய விடுதலை முன்னணி வடக்கில் மன்னாரிலும் கிழக்கு மாகாணத்தின் மூன்று மாவட்டங்களிலும் தமிழர்களை மட்டும் தனது பட்டியலில் போட்டியிடவைத்தது. முஸ்லிம்களையும் இணைத்துக் கொள்ளக் கோரிய அஷ்ரஃபின் கோரிக்கை ஐக்கிய விடுதலை முன்னணியினால் நிராகரிக்கப்பட்டது. ஏலவே கிழக்கு மாகாண சபைத் தேர்தலில் மக்கள் வெளிப்படுத்திய விருப்பமும், நிராகரிப்பும் தமிழ் ஐக்கிய விடுதலை முன்னணியிலிருந்து அஷ்ரஃபை முற்றாக விலகி நடக்கச் செய்தது.

தமிழ் அரசியலிலிருந்தும் சிங்கள அரசியலிலிருந்தும் விடுபட்டுச் சுயாதீன பாதையைத் தெரிவு செய்ய வேண்டிய தேவை முஸ்லிம்களுக்கிருப்பதாக உணர்ந்த அஷ்ரஃப் சிறிலங்கா முஸ்லிம் காங்கிரஸ் என்ற கட்சியை உருவாக்கினார். 1981 செப்டம்பர் 21இல் ஸ்தாபிக்கப்பட்ட முஸ்லிம் காங்கிரஸ் கட்சி ஏறத்தாழ ஒரு மாகாண சபையைப் போன்றே கிழக்கில் இயங்கியது. அரசியல் பிரச்சினைகளைவிட சமூக கலாசார விடயங்களுக்கு கட்சி முக்கியத்துவமளித்துச் செயலாற்றியது.

1983இல் தமிழர்களுக்கு எதிரான ஜூலைப் படுகொலை அதனைத் தொடர்ந்து உருவான ஆயுதம் தாங்கிய தீவிரவாதம் கிழக்கு மாகாணத்தில் 'தமிழ்' தேசத்தில் தமது எதிர்காலம் குறித்து இஸ்லாமியர்களை ஆழமாகச் சிந்திக்கச் செய்தது. அதே காலப்பகுதியில் இஸ்ரேலுடனான இராஜதந்திர உறவுகள் புதுப்பிக்கப்பட்டது தொடர்பில் இஸ்லாமியர்களால்

வெளிக்காட்டப்பட்ட எதிர்ப்பை ஜே.ஆர்.ஜெயவர்த்தன அலட்சியமாகத் தட்டிக்கழித்தார். இஸ்லாமியர்களின் அரசியல் அந்தஸ்த்தின் அவசியத்தை உணர்த்துவதாகவும் புலிகளின் ஆயுதப் போராட்டம் முஸ்லிம் அரசியலில் ஒருவகையான அவசரத்தை உண்டுபண்ணுவதுமான சூழல்கள் உருவாகி, தேசிய அளவில் அஷ்ரஃபும் சிறிலங்கா முஸ்லிம் காங்கிரஸ் கட்சியும் இடம்பிடிக்கத்தக்க சாதக நிலைகள் தோன்றின.

1985இல் அரச மற்றும் தீவிரவாத ஆயுதக் குழுக்களின் கையாட்களால் தூண்டப்பட்ட தமிழ் - இஸ்லாமியர் கலவரங்கள் உண்டாகின. இக்காலப் பகுதியில் அஷ்ரஃபிற்கு புலிகளால் உயிரச்சுறுத்தல் விடுக்கப்பட, பாதுகாப்புக்காக அவர் கொழும்புக்குத் தப்பியோடினார். கொழும்பில் நகரிலான இந்த அரசியல் தஞ்சம் கிழக்கிற்கு அப்பாலும் தமது அரசியல் கொள்கைகளை விஸ்தரிப்பதற்காகப் பாடுபட அஷ்ரஃபிற்கு வழியேற்படுத்திக் கொடுத்துள்ளது. இஸ்லாமிய சமுதாயத்தின் அடையாளத்தை உறுதியாகவும் தெளிவாகவும் நிரூபிப்பதற்காக செயற்பட்டார். அக்காலத்தில் ஐக்கிய தேசியக் கட்சியிலும் சிறிலங்கா சுதந்திரக்கட்சியிலும் அங்கம் பெற்றுச் செயற்பட்டுக் கொண்டிருந்த இஸ்லாமிய அரசியல்வாதிகளை அவர் அடியோடு வெறுத்தார். இஸ்லாமிய சமூகத்திற்கு புதிய அரசியல் குரல் தேவையாக இருப்பதாக அறைகூவல் விடுத்தார். சுயாதீன அரசியல் குரலை ஸ்தீரணப்படுத்துவதற்கு இஸ்லாமியர்களின் ஐக்கியம் மிக முக்கியமானதென்ற பிரச்சாரத்தை மக்களிடையே கொண்டு சென்றார். இதற்காக 1986இல் கொழும்பில் நாடளாவிய கட்சி மாநாடொன்றைக் கூட்டி இஸ்லாமியர்களை ஒரு அணியில் ஒன்று திரட்டி வெற்றியும் கண்டார். சனத்தொகையில் குறைந்த வீதமாக இருந்தாலும் சிங்கள தமிழ் இனங்களுக்கு சரி நிகராக இஸ்லாமியர்களும் அங்கீகாரம் பெறவேண்டும் என்பதே அவரது அரசியல் செயற்பாடுகளின் தாரகமந்திரமாக இருந்தது.

சிங்கள, தமிழ் அரசியல் மேலாதிக்கத்திலிருந்து சுயாதீன வழியைத் தேர்வு செய்ய வழிகாட்டிய முன்னோடியாகவே எம்.எச்.எம்.அஷ்ரஃப் இன்றைக்கும் இஸ்லாமியர்களால் மதிக்கப்பட்டு வருகின்றார்.

1988இல் தேசிய கட்சியாக பதிவு செய்து கொண்ட சிறிலங்கா முஸ்லிம் காங்கிரஸ் அதே ஆண்டு மாகாண சபைத் தேர்தல்களில்

போட்டியிட்டு வடக்கு கிழக்கில் 17 இடங்களையும் மேற்கு - வடமேற்கு - மத்திய மாகாணங்களில் 12 இடங்களையும் கைப்பற்றியது. 1989இல் நாடாளுமன்றத் தேர்தலில் தனித்துப் போட்டியிட்ட முஸ்லிம் காங்கிரஸ் 4 இடங்களைப் பெற்றுக் கொண்டதுடன் அஷ்ரஃபிற்கு கிடைக்கப்பெற்ற அதிகப்படியான வாக்குகள் அவரை முழு இலங்கை இஸ்லாமிய சமூகமும் தலைவராக அங்கீகரித்ததை வெளிப்படுத்தியிருந்தது.

இஸ்லாமியப் பிரதிநிதித்துவத்தை ஸ்திரணப்படுத்திக் கொள்வதற்கான தந்திரமான விட்டுக்கொடுப்புகள் செய்வதும், தந்திரமான கூட்டுக்களை பிரதான கட்சிகளோடு ஏற்படுத்திக் கொள்வதிலும் தவறில்லை என்கின்ற நிலைப்பாட்டில் சிறிலங்கா முஸ்லிம் காங்கிரஸ் இருந்தது. இந்த நிலைப்பாடு அரசியல் தந்திரோபாயம் என்பதாகவும் கட்சி ஒட்டுமொத்தமாக நம்பியது. 1977 இல் முஸ்லிம்களின் அபிலாஷைகள் புறக்கணிக்கப்பட்டிருந்தபோதும் இந்திய இலங்கை ஒப்பந்தத்தை விரும்பாதபோதும் அதன் சட்ட ஏற்பாடுகளை ஆதரித்தது, - 1988இல் நடந்த ஜனாதிபதித் தேர்தலில் ரணசிங்கப் பிரேமதாஸவை ஆதரித்தது என்பன முஸ்லிம் காங்கிரஸின் அரசியல் தந்திரோபாய நடவடிக்கைகளாகப் பார்க்கப்பட்டன. தேர்தல் உடன்படிக்கைகள் மூலம் இஸ்லாமியர்களின் பிரதிநிதித்துவத்தை நிரூபிக்கும் நோக்கில் சந்திரிக்கா பண்டாரநாயக்க குமாரதுங்கவுடனும் சிறிலங்கா முஸ்லிம் காங்கிரஸ் உடன்படிக்கை செய்து கொண்டிருந்தது.

1994இல் சிறிலங்கா முஸ்லிம் காங்கிரஸ் வடக்கு கிழக்கில் தமது சொந்தச் சின்னமான மரச்சின்னத்திலும் வேறு மாகாணங்களில் பொதுஜன ஐக்கிய முன்னணி சின்னத்திலும் போட்டியிட்டு 6 நாடாளுமன்ற உறுப்பினர்களும் இரண்டு தேசியப்பட்டியல் அங்கத்தவர்களையும் பெற்றது. சிறிலங்கா முஸ்லிம் காங்கிரஸ் கட்சியின் கூட்டு இல்லாமல் ஆட்சியமைக்க முடியாத தொங்கு நாடாளுமன்றத்தை அமைக்கும் நிலையை சந்திரிக்கா பண்டாரநாயக்க குமாரதுங்க எதிர்கொண்டபோது "கிங் மேக்கராக" சிறிலங்கா முஸ்லிம் காங்கிரஸ் அரசாங்கத்துடன் இணைந்து ஆட்சியமைத்தது. துறைமுகங்கள் கப்பல் போக்குவரத்து புனர்வாழ்வு அமைச்சராக அஷ்ரஃப் நியமனம் செய்யப்பட்டார். மேலும் சில இஸ்லாமியர்கள் பிரதியமைச்சுப் பதவிகளைப் பெற்றனர். தற்போதைய சிறிலங்கா முஸ்லிம்

காங்கிரஸின் தலைவர் ரவூப் ஹக்கீம் அப்போது குழுக்களின் பிரதித் தவிசாளராக நியமனம் பெற்றார்.

தனது அதிகாரத்தின் கீழான அனைத்துத் துறைகளிலும் இஸ்லாமியர்களை நியமிப்பதாகவும் இஸ்லாமியர்களுக்கே வேலை வாய்ப்புகளை வழங்குவதாகவும் அபிவிருத்திகளை முன்னெடுப்பதாகவும் அஷ்ரஃப் அக்காலத்தில் கடுமையாக விமர்சிக்கப்பட்டார். ஆனால் தம்மை தேர்வு செய்த மக்களின் அபிலாஷைகளை வென்று தருகின்ற வெற்றியாளனாக அனைத்து இஸ்லாமியர்களினதும் மரியாதைக்கும் விருப்பத்துக்கும் உரியவராக இருந்தார். மேலும் மேலும் இஸ்லாமியர்களின் எழுச்சிக்கான வியூகங்களை வகுத்துச் செயற்பட்டுக் கொண்டேயிருந்தார். தர்க்கங்களையும் குற்றச்சாட்டுக்களையும் புயல்போலக் கடந்தார். அரசாங்கத்தில் அங்கம் வகித்தபோதும் அரசின் இஸ்லாமியர்களுக்கு எதிரான ஒடுக்குமுறைகளை மூர்க்கமாக எதிர்த்தார். பொன்வெளிப் பகுதியில் இஸ்லாமியர்களுக்குச் சொந்தமான நிலங்களை அரசாங்கம் ஆக்கிரமித்து தீகவாபி புனித பிரதேசத்துடன் அது இணைக்கப்பட்டதாக அஷ்ரஃப் குற்றஞ்சாட்டியபோது, இது தொடர்பில் தன்னுடன் தொலைக்காட்சி விவாதம் ஒன்றுக்கு வரும்படி வண சோம தேரர் விடுத்த சவாலை எதிர்கொண்டு சிங்களவர்களே வியக்கும் வண்ணம் சிங்கள மொழியில் விவாதத்தை எதிர்கொண்டு மறுக்கமுடியாதபடியாகத் தர்க்க ரீதியாக தனது நிலைப்பாட்டை நிறுவியிருந்தார்.

வடக்கு கிழக்கு முஸ்லிம் பிரதேச செயலகங்களைக் கொண்ட புவியியல் ரீதியாகத் தொடர்ச்சியற்ற இஸ்லாமிய பெரும்பான்மை மாகாணசபை ஒன்றை உருவாக்க வேண்டுமென்பது முஸ்லிம் காங்கிரஸின் அடிப்படைக் கோரிக்கையாகக் காணப்பட்டது. இந்த நிலத் தொடர்பற்ற அலகுக்கான கோரிக்கை வெல்லப்பட முடியாததென கண்டபோது சம்மாந்துறை, பொத்துவில், கல்முனை ஆகிய நிலத்தொடர்புள்ள தேர்தல் பிரிவுகளை உள்ளடக்கிய தென்கிழக்கு மாகாண சபை என்பதை முஸ்லிம் காங்கிரஸ் பிரதியீடாக முன்வைத்தது. அக்காலத்தில் திருகோணமலை, மட்டக்களப்பு மாவட்டங்களை வடமாகாணத்தோடு இணைப்பதற்கு விருப்பம் தெரிவித்து தேவையேற்படின் இதையும் விட்டுக் கொடுப்பதாகவும் அஷ்ரஃப் அறிவித்தார்.

பதிலாகப் 10 வருடத்தின் பின் இணைப்பை நீக்குவதற்கான அபிப்பிராய வாக்கெடுப்பு உட்பட இஸ்லாமியர்களுக்கான பாதுகாப்பு ஏற்பாடுகள் செய்யப்படுமிடத்து வடக்கு கிழக்கு இணைப்புக்கும் அஷ்ரஃப் விருப்பம் தெரிவித்திருந்தார்.

இஸ்லாமியர்களின் அபிலாஷைகள் மீது வெளிப்படுத்திய இறுக்கத்திற்கும் மேலாக இசைந்து போகும் விட்டுக் கொடுக்கும் ஆற்றல்களை அஷ்ரஃப் பெற்றிருந்தார். அம்பாறை மாவட்டத்திலிருந்து இஸ்லாமியர்கள் பெரும்பான்மையாக வாழும் கல்முனை கரையோரப் பிரதேசத்தை கரையோர மாவட்டமாகப் பிரித்தெடுக்க விரும்பி, இதனால் இந்த மாவட்டத்திற்கு போதிய நீர், நில வளங்கள் இல்லாது போகலாம் என்ற அச்சம் காரணமாக அந்த எண்ணத்தில் தயக்கம் காண்பித்தார்.

இஸ்லாமிய மக்களின் எழுச்சிக்காகவும் அரசியல் அந்தஸ்த்து ஸ்தீர நிலைக்காகவும் பாடுபட்டபோதும் தமிழ் மக்களின் அபிலாஷைகளையும் மனத்தாங்கல்களையும் புரிந்து கொள்பவராகவுமே அவர் விளங்கினார். சிங்களப் பெரும்பான்மை வாதத்தை வெற்றி கொள்ள சிறுபான்மையினரிடையே புரிந்துணர்வு அவசியம் என்பதை வலியுறுத்துபவராக இருந்தார். இஸ்லாமியரை நேரடியாகப் பாதிக்கின்ற சந்தர்ப்பங்கள் தவிர தமிழர்களின் அபிலாஷைகளுக்கு அவர் ஒருபோதும் குறுக்கீடாக இருக்கவோ தமது அரசியல் அதிகாரத்தைப் பிரயோகிக்கவோ இல்லை. மலையக மக்களைப் பிரதிநிதித்துவம் செய்யும் இலங்கை தொழிலாளர் காங்கிரஸ் உடன் ஒத்துப் போகும் உடன்படிக்கையினையும் அவர் ஏற்படுத்தியிருந்தார்.

ஒரு காலத்தில் தமிழ் ஈழ வாதியாக இருந்து, காலத்தின் தேவையினால் இஸ்லாமியர்களுக்கான தனிக்கட்சியைத் தொடங்கி தேசியவாதியாகப் பரிணாமம் பெற்று முழு இலங்கைக்குமான தேசியத் தலைமைத்துவ அந்தஸ்த்தும் விசாலமான கண்ணோட்டமும் கொண்ட ஒருவராக எம்.எச். எம். அஷ்ரஃப் முகிழ்த்ததன் விளைவாக 2000 ஆண்டு ஏனைய சமுதாயங்களை ஒன்றிணைக்கும் செயற்றிட்டங்களிலும் கவனம் கொண்டார். நிரந்தர சமாதானத்தை நோக்கிய திட்டங்களை வகுப்பதற்கும் வியூகம் அமைப்பதற்குமாக

களத்தில் இறங்கினார். 2000 ஆம் ஆண்டு ஒக்டோபர் 10இல் நடைபெறவிருந்த தேர்தலை மையப்படுத்தி அனைத்து இன மக்களையும் ஒன்றிணைக்கும் திட்டங்களை வகுத்தார். இக்காலத்திலேயே அவர் விமான விபத்தொன்றில் இறந்தார். தேர்தலுக்கு சில வாரங்களுக்கு முன்னர் 2000 செப்டம்பர் 16ஆந் திகதி கேகாலை மாவட்டத்தில் அரநாயக்க பகுதியில் அவர் பயணித்த விமானப்படையின் ஹெலிகொப்டர் விபத்துக்குள்ளாகியதில் ஒப்பற்ற தலைவராக இஸ்லாமியர்களால் மதிக்கப்படுகின்ற எம்.எச்.எம்.அஷ்ரஃபை இஸ்லாமிய சமூகம் இழந்தது. இந்த விபத்து திட்டமிட்டதென்று சந்தேகத்திற்கிடமின்றி நம்பப்பட்டபோதும் அதற்கான புலன் விசாரணை முடிவுகள் இன்றுவரைக்கும் மர்மமாகவே இருந்துவருகின்றன. எம்.எச்.எம்.அஷ்ரஃபின் மரணம் சிங்களப் பேரினவாதத்தினது சதியா புலிகளினது சதியா அல்லது கட்சியைக் கைப்பற்றும் சதியா என்பதில் இஸ்லாமியர்கள் இன்றும் குழப்பத்துடனே காணப்படுகின்றனர்.

தங்களது அரசியல் சுபீட்சம் என்பது இன்று பலராலும் விமரசிக்கப்படுவதுபோல சிங்களப் பெரும்பான்மைக்கு ஜால்ரா போனதில் வந்த ஒன்றல்ல என்று இலங்கை இஸ்லாமியர்கள் உறுதிபட நம்புகிறார்கள். அது ஒரு மகத்தான அரசியல் போராட்டத்தினால் நிகழ்ந்ததென்பதே அவர்களது பரிபூரண நம்பிக்கையாக உள்ளது. ஜனநாயக ரீதியான மக்கள் தேர்தல்களால் உருவானதொரு அங்கீகரிக்கப்பட்ட அரசியல் எழுச்சியென்றும், ஆயுத முனையில் மக்களைப் பகைடையாக்கி வெற்றிக் கனிகளைக் கனவு காணச் செய்யும் முட்டாள்தனமற்ற உணர்ச்சி வெள்ளத்தில் மிதக்கின்றவரல்லாத சிந்தனையாளர் ஒருவரை இஸ்லாமியர்கள் தலைவராகப் பெற்றதால் உண்டான எழுச்சியென்றுமே இஸ்லாமியர்கள் உறுதிபட நம்புகிறார்கள்.

எம்.எச்.எம். அஷ்ரஃபின் மறைவுக்குப் பின்னர் முஸ்லிம் காங்கிரஸ் கட்சி அவரது மனைவி பேரியல் அஷ்ரஃப், தற்போது காங்கிரஸ் தலைவராக இருக்கும் ரவூப் ஹக்கீம் ஆகியோரால் பிளவுபட்டது. இக்கட்சியிலிருந்து இஸ்லாமியர்கள் சிலர் பிரிந்து சென்று தனிக்கட்சிகள் அமைத்துச் செயற்படுகின்றனர். பெரும்பாலான முஸ்லிம் அரசியல்வாதிகள் சிங்கள அரசாங்கத்துடன் இணைந்திருக்கின்றனர். இவர்கள் வெவ்வேறு கட்சிகளைச் சேர்ந்தவர்களாகவும் முரண்பட்ட

கொள்கையாளர்களாகவும் இருந்தபோதும் இஸ்லாமியர்களின் கல்வி, தொழில், சுபீட்ச வாழ்வு, அபிவிருத்தி, எதிர்காலம் என்பனவற்றில் குறிப்பிடத்தக்களவு அக்கறையை வெளிப்படுத்தினர். பல்வேறு முரண்பாடுகள் விமர்சனங்கள் சவால்கள் சதிகளை இன்று முஸ்லிம் காங்கிரஸ் எதிர் கொண்டுள்ளது. இன்றைய முஸ்லிம் காங்கிரஸ் கட்சி தேக்க நிலையினையே அடைந்துள்ளது. அதன் உறுப்பினர்கள் எம். எச்.எம். அஷ்ரஃப் போன்று மனித மூளைகளை உலுப்பி எழுப்புகின்றவர்களாக இல்லை. அரசியல் விடுதலையே தனித்துவத்தை நிரூபிக்கும் என்ற எம்.எச்.எம். அஷ்ரஃபின் மந்திரச் செயற்பாட்டை மறக்காதவர்களாக விமர்சனங்களுக்கு அப்பால் இஸ்லாமியர்கள் முஸ்லிம் காங்கிரஸை ஆதரித்தே வருகின்றனர். இந்த ஆதரவு முன்பு எம்.எச்.எம். அஷ்ரஃப் காலத்தில் போன்ற தீர்க்கமான ஆதரவு கிடையாது. சிறந்தவரும் தன்னிகரில்லாத செயற்பாட்டாளருமாக இஸ்லாமியர்களுக்காக வாழ்ந்து இஸ்லாமியர்களின் அரசியல் விடிவுக்காக மரணத்தையும் தழுவிக் கொண்ட அந்த மனிதர் உருவாக்கிய கட்சி அழிந்துவிடக் கூடாதென்பதற்காகவே இன்றும் இஸ்லாமியர்கள் முஸ்லிம் காங்கிரஸை ஆதரிக்கின்றனர்.

தமிழர் எழுச்சிப் பாதை

1948 சுதந்திரத்திற்குப் பின்னரான அரசாங்கங்கள் ஒற்றையாட்சி முறையையும் சிங்கள பௌத்த சித்தாந்தங்களையும் வலுப்படுத்தி பௌத்த பண்பாட்டை நாடு முழுவதுக்குமான ஒருமுகத் தன்மையை (Cultural Unification) ஆதரித்து சிங்களம் மட்டுமே மொழியாக அறிவிக்கப்பட்டதுடன் சிங்களக் குடியேற்றங்கள் தமிழ்ப் பகுதிகளுக்கு விஸ்தரிக்கப்பட்டன. 1948 – 1970 வரையான இக்காலப்பகுதியில் தமிழர்கள் சாத்வீகப் போராட்டங்களிலேயே ஈடுபட்டிருந்தனர். அரச அலகுக்குள் சம உரிமையுள்ளவர்களாக தமிழர்கள் உள்வாங்கப்படவேண்டும் என்ற கோரிக்கை மறுக்கப்பட்டதன் விளைவாகவே 1970களில் ஆயுதந்தரித்த தேசியவாத இயக்கம் விடுதலைப் புலிகள் இயக்கமாக வேலுப்பிள்ளை பிரபாகரன் தலைமையில் உருவானது. தமிழர் போராட்டத்தை வலுப்படுத்தும் திருப்பமாக 1983 ஜூலைக் கலவரம் இருந்தது.

இத்தகைய பின்னணியில் தமிழர் போராட்டமென்பது தமிழர்களுக்காகவே உருவானதென்ற போதிலும் ஆரம்ப காலங்களில் கணிசமான இஸ்லாமியர்களும் இப்போராட்டத்தில் பங்கெடுத்தனர். தமிழ்த் தேசியப் போராட்டத்தில் பங்கெடுத்த அக்கரைப்பற்று இஸ்லாமிய இளைஞன் யாழப்பாணக் கோட்டையில் தற்கொலைத் தாக்குதலில் ஈடுபட்டும், சிங்கள பௌத்த அரசினால் கைது செய்யப்பட்டுச் சித்தரவதைக்கும் தண்டனைக்கும் உள்ளாகியும் வீரச்சாவடைந்த இஸ்லாமியர் பலர் மாவீரர் இல்லங்களில் துயில்கின்றனர். தமிழர் போராட்டத்தில் உடல், பொருள் ஆவியென பங்களிப்புச் செய்த இஸ்லாமியர்கள் காலப்போக்கில் புலிகளின் ஆயுதப் பிரயோகங்களினால் வெறுப்படையும் சூழல்கள் உருவாகின. தமிழர்களை விட்டும் தனித்து நிற்கவும் புலிகளுக்கு ஆதரவாக இருந்து உளவாளிகளாகச் செயல்பட்ட இஸ்லாமிய இளைஞர்கள் இஸ்லாமியர்களாலேயே குறிவைக்கப்படுகின்றளவும் முரண்பாடுகள் வலுத்தன.

காலத்திற்கு காலம் வந்த சிங்கள அரசாங்கங்களினால் அதிகாரப் பகிர்வு யோசனைகள் முன்வைக்கப்பட்டபோதும், பல்வேறு உடன்படிக்கைகள் கையெழுத்திடப்பட்டபோதும் "ஈழம்" என்ற ஒரேயொரு தீர்வையே புலிகள் உறுதியாகக் கைக் கொண்டிருந்தனர். ஆயுதவழி அரசமைப்பின் கீழ் ஈழத்தை உருவாக்கிவிட முடியும் என்ற கனவை மக்களிடத்தே விதைத்து காலவரையற்ற அறுவடையில் புலிகள் தங்களை அர்ப்பணித்துக் கொண்டனர். ஈழம் தவிர விடுதலைக்கான மாற்று வழிகளே கிடையாதென்ற திட்டமிட்ட 'மூளைச்சலவை'யினால் இளைஞர்களைத் திசை திருப்பி தமிழ்ச் சமூகத்தின் அழிவுப் பாதையைச் சமைத்துக் கொண்டிருந்தனர்.

தமிழ் இன மாற்றுக்கருத்தாளர்களையும் விமர்சகர்களையும் அரசியல் முன்னோடிகளையும் துரோகிகள் எனச் சித்தரித்துப் புலிகள் கொன்றொழித்தனர். தமிழ்த் தேசிய வரலாற்றில் தமிழர்களால் துரோகிகளாக பட்டம் சூட்டப்பட்டவர்கள் ஏராளம். இலங்கையினுடைய தமிழ்த் தேசிய அரசியலில் தந்தை செல்வாவே முதல் துரோகியென அடையாளப்படுத்தப்பட்டவர். வழக்கறிஞராக இருந்த ஜி.ஜி. பொன்னம்பலம் தலைமையின் கீழ் இருந்த அகில இலங்கைத் தமிழ்க் காங்கிரஸ் கட்சி மூலம் அரசியலில் ஈடுபட்ட தந்தை செல்வா தமிழர் அரசியல்

வரலாற்றில் மிக முக்கியமானவர். இவர் தமிழ்க் காங்கிரஸில் இருந்து விலகி தமிழரசுக் கட்சியை உருவாக்கியதுடன், இலங்கையின் இனப்பிரச்சினைத் தீர்வுக்கு கூட்டாட்சி முறையை வலியுறுத்திச் செயற்பட்டதனால் துரோகியாக்கப்பட்டார்.

அல்பிரட் துரையப்பா, 1960இல் நடைபெற்ற நாடாளுமன்றத் தேர்தலில் யாழ்ப்பாணம் தேர்தல் தொகுதியில் அகில இலங்கைத் தமிழ்க் காங்கிரஸ் தலைவர் ஜி.ஜி.பொன்னம்பலத்தை எதிர்த்து சுயேட்சையாகப் போட்டியிட்டு வெற்றி பெற்றவர். 1965, 1970 காலத்தில் இலங்கை சுதந்திரக் கட்சியில் இணைந்து, யாழ்ப்பாண மாநகர சபை முதல்வராகவும் இருந்தவர். 1975ஆம் ஆண்டு ஜூலை 27 அன்று யாழ்ப்பாணம் சுழிபுரத்தில் புலிகளால் சுட்டுக்கொல்லப்பட்டார். இலங்கைத் தமிழர் வரலாற்றில் இடம்பெற்ற முதலாவது அரசியல் கொலையாக அல்பிரட் துரையப்பா படுகொலை கணிக்கப்படுகின்றது. இவரே தமிழ் சமுதாயத்தின் இரண்டாவது துரோகி.

தமிழ் மக்களின் உரிமைகளுக்காக குரல் கொடுத்து துரோகியாக மரணித்த மற்றொருவர் அப்பாப்பிள்ளை அமிர்தலிங்கம். தந்தை செல்வாவின் இலங்கை தமிழரசுக் கட்சியூடாக அரசியலில் பங்கேற்றவர். 1972 இல் இலங்கைத் தமிழ்க் கட்சிகள் இணைந்து உருவான தமிழர் கூட்டணி என்னும் அரசியல் அமைப்பிலும் பின்னர் தமிழர் விடுதலைக் கூட்டணி எனப் பெயர்மாற்றம் செய்யப்பட்ட அதே அமைப்பிலும் முன்னணியில் இருந்து உழைத்தார். தந்தை செல்வ நாயகத்தின் மறைவுக்குப் பின்னர் தமிழர் விடுதலைக் கூட்டணியை வழிநடத்தினார். 1977ஆம் ஆண்டின் பொதுத் தேர்தலில் தமிழர் விடுதலைக் கூட்டணி நாடாளுமன்றத்தில் இரண்டாவது பெரிய கட்சியாக ஆனதைத் தொடர்ந்து இலங்கையின் நாடாளுமன்றத்தில் எதிர்கட்சித் தலைவராக பதவியேற்றவர். இதுவரைக்கும் இலங்கை நாடாளுமன்றத்தில் எதிர்கட்சித் தலைவர் பதவியை வகித்த ஒரே தமிழர் அமிர்தலிங்கம். இவருக்கு தமிழீழ விடுதலைப் புலிகள் அளித்த கௌரவப்பட்ட பட்டம் துரோகி! 1989 ஜூலை 13ஆம் திகதி விடுதலைப் புலிகளால் இவர் சுட்டுக் கொல்லப்பட்டார்.

இவ்வாறு காலத்திற்கு காலம் தமது இனத்தின் அரசியல் பிரதிநிதித்துவத்தை பிரதிநிதித்துவப்படுத்த முற்பட்டவர்களை துரோகிகளாக அந்தஸ்த்தளித்துப் புறக்கணித்திருப்பதை

வரலாறு நெடுகிலும் புலிகள் கையாண்டு வந்துள்ளனர். இது புலிகளின் இணக்கப்பாடற்ற இறுக்கத்தின் வெளிப்பாடாகவும் சமரசமான அரசியல் தீர்வுக்கு அவர்கள் தயாரற்று இருந்தவர்கள் என்பதையுமே காட்டுகின்றன.

சிங்களப் பேரினவாதத்திடமிருந்து உரிமைகளை வென்றெடுப்பதற்கான போராட்டம் 'இன அழிப்பு' போராட்ட வடிவமெடுத்து பொது மக்களைக் குறிவைத்துக் கொல்கின்ற போராட்டமாக மாறியது. சிங்கள எல்லைக் கிராமங்களை புலிகளும், தமிழர்களை இராணுவமும் மாறி மாறி அழித்ததில் இலட்சக்கணக்கான மக்கள் கொல்லப்பட்டு பேரின்னலுக்கும் இடப்பெயர்வுக்கும் நாடு முகம் கொடுத்தது.

இலங்கையில் தமிழ் - முஸ்லிம் ஆகிய இரு சிறுபான்மை இனங்களுக்கும் பொது 'எதிரி' நிலையில் மேலாதிக்கம் செலுத்திய இனமே சிங்களப் பேரினவாதம். புலிகள் ஆயுத பலத்தையும் செல்வாக்கையும் பெற்றுவிட்ட பின்னர் இஸ்லாமியர்களை எதிரி நிலையில் நோக்கினர். "ஈழம்" தமிழர்களுக்கு மட்டுமானதாக இருக்கவேண்டும் என்ற ஆதிக்க எண்ணத்தின் வெளிப்பாடுகளாக பல அரங்கேற்றங்களைப் புலிகள் மேற்கொண்டனர். மஹிந்த ராஜபக்ஷ இன்று தமிழர் 'இன அழிப்பு' செயலில் ஈடுபடுவதற்கு முன்னரே 'முஸ்லிம் இன அழிப்பில்' ஈடுபட்டவர்கள் புலிகள்.

1990இல் வடக்கிலிருந்த 100,000 இஸ்லாமியரை 48 மணி நேர அவகாசத்தில் உடுத்தியிருந்த உடையுடன் வெளியேற்றியது, எதனாலும் நியாயப்படுத்த முடியாத புலிகளின் இலக்கற்ற செயற்பாடுகளில் பிரதானமானது.

> 1990இல் காத்தான்குடி முஸ்லிம் நகரத்தில் பள்ளிவாயலில் தொழுதுகொண்டிருந்த இஸ்லாமியர்களை வெட்டியும் சுட்டும் கொலை செய்தது - ஏறாவூரில் உறக்கத்திலிருந்த கிராமத்திற்குள் நுழைந்த புலித் தீவிரவாதிகள் கர்ப்பிணிகளின் வயிறுகளைக் கீறிக் குழந்தைகளை வெளியே எடுத்து வீசி வெறியாட்டத்தின் உச்சத்தை வெளிப்படுத்தியது -
>
> 1991இல் பொலநறுவை மாவட்டத்தின் எல்லைக் கிராமங்களில் ஒன்றான பள்ளியகொட முஸ்லிம் கிராமத்தில் இஸ்லாமிய ஆண்கள் பெண்கள் குழந்தைகள்

பெண்கள் கொல்லப்பட்டு அந்தக் கிராமமே புலிகளால் இனச்சுத்திகரிப்புக்கு உள்ளானது -

1992இல் பொலநறுவை மாவட்டத்தின் வேறு சில இஸ்லாமியர்களின் விவசாயக் கிராமங்களான அழிஞ்சிப்பொத்தானை உட்பட்ட வேறு கிராமங்களை அழித்துச் சுடுகாடாக்கியது -

2006 இல் மூதூர் என்ற இடத்தைக் கைப்பற்றி அங்கிருந்த இஸ்லாமியர்களை வெளியேற்றியது –

என புலிகளின் இஸ்லாமியர்களுக்கு எதிரான பாசிச செயற்பாடுகளை அடுக்கிக் கொண்டே செல்லலாம். இவை மிகச்சிலவே. 'இனச் சுத்திகரிப்பு' / 'இன அழிப்பு' என்பதற்கு நிகரானவை மட்டுமே இவை. தனியாகவும் குழுவாகவும் இஸ்லாமியர்களைக் கடத்திக் கொன்றது, சொத்துக்களை விவசாயக் காணிகளைக் கபளீகரம் செய்தது என பட்டியல் நீள்கிறது. இஸ்லாமியர்களுக்கு எதிராக ஆயுதத்தைப் பிரயோகித்தது புலிகளின் வரலாற்றுத் தவறுகளில் மிகப் பிரதானமானதென்பது மறுக்கமுடியாதது.

சென்று சேர்ந்த இடம்

இஸ்லாமியர்கள் ஆயுதமேந்துவதற்குப் போதுமான பல்வேறு சந்தர்ப்பங்களை எதிர்கொண்ட போதிலும் பெரும்பான்மை சிங்களவர்களுடன் இணக்க அரசியலை முன்னெடுத்தனர். இஸ்லாமிய இளைஞர்கள் வன்முறை நடவடிக்கைகளில் இறங்குகின்ற இறங்க முற்படுகின்ற தருணங்களில் அவர்கள் சரியான முறையில் வழிநடத்தப்பட்டுள்ளனர். பொதுப்பலசேனா அமைப்பு 2013இல் ஹலால் நடைமுறையை எதிர்த்தபோது, உள்நாட்டில் வியாபாரப் பொருள்களுக்கு ஹலால் சான்றிதழ் வழங்குவதை இலங்கை ஜம்மியத்துல் உலமா விட்டுக் கொடுத்தது. சகவாழ்வையும் பாதுகாப்பையும் ஸ்திரப்படுத்தும் நோக்கிலான இச்செயற்பாடு அடிபணிதல் என்றும் சிங்களவனின் எலும்புத்துண்டை பொறுக்குகிற கூட்டம் என்றுமே பொதுத்தளத்தில் விமர்சிக்கப்பட்டது.

இஸ்லாமியர்களின் வர்த்தக நிலையங்களை தாக்கியும் சேதப்படுத்தியும் இஸ்லாமியர்களின் பொருளாதாரத்தில்

பெரும் தாக்கத்தை ஏற்படுத்தியும் பொதுப்பலசேனா அமைப்பு மேற்கொண்ட வன்முறை மேலோங்கிய இன ஒடுக்குமுறைச் செயற்பாடுகளின்போதும் இஸ்லாமியர்கள் உன்னதமாக மதிக்கின்ற ஹலால் சான்று நடைமுறையை விட்டுக்கொடுத்தல் என்பது பேரினவாதத்திற்கு அடிபணிதல் என்பதாகப் பார்க்கப்படுவது சரியானதே. ஆனால் இந்த அரசியல் நிலைப்பாடு அடிமைப்படுதல் என்ற குறுகிய நோக்கத்திற்கு அப்பாற்பட்டதென்பதாக இஸ்லாமியர்கள் கருதினர். முரண்பாட்டின்போது சூழ்நிலையை அமைதிப்படுத்தப் போதுமான நடவடிக்கையை எடுப்பதே சாதுர்யமான செயற்பாடு, அரசியல் தந்திரோபாய நடவடிக்கை என்பதாக அவர்கள் உறுதிபட நம்பினார்கள். அவர்கள் இன்றும் தலைவராக மதிக்கின்ற மறைந்த தலைவர் காட்டிச் சென்ற வழிகாட்டுதலும் இப்படியாகத்தான் உள்ளது.

இஸ்லாமியர்களின் செயற்பாடுகள் எல்லா நிலையிலும் தர்க்க ரீதியான நியாயப்படுத்தலுக்குரியதாக இல்லை. போர்க் காலத்தில் நடைமுறையில் இருந்த அவசரகாலச் சட்டத்தை நீடித்துக் கொள்வதற்கு இஸ்லாமியர்கள் சாதகமாகவே வாக்களித்தனர். அவசரகாலச் சட்டத்தின் கீழ் சந்தேகத்தின் பேரில் எந்தவொரு தமிழரையும் கைது செய்யக்கூடியதொரு சூழல் அப்போது இருந்தது. தமிழர்களைத் தெளிவாக இலக்குவைத்த பேரினவாதத்தின் பெரு விருப்பமாக இருந்த சட்ட மசோதாவை நீடிப்பதற்கு சிங்கள பௌத்த அரசாங்கத்திற்கு இஸ்லாமியர்கள் உடந்தையாக இருந்தார்கள், ஊர்காவல் படையிலும் இராணுவத்திலுமிருந்து தமிழர்களைக் கொன்றார்கள். எத்தகைய விமர்சனமாகக் குற்றஞ்சாட்டல்கள் இருப்பினும் நெறிப்படுத்தப்பட்ட 'தமிழர் அழிப்பு' நடவடிக்கைகள் ஒன்றிலும் இலங்கை இஸ்லாமியர்கள் ஈடுபடவில்லை என்பதாக திட்டவட்டமாகப் பெரும்பான்மையான புத்திஜீவிகள் நிலைப்பாடு வெளியிட்டுமுள்ளனர்.

ஈழத்திற்காகப் போராடக் கிடைத்த மிக அரிய வாய்ப்பை மக்களின் பேராதரவுடனான வல்லமைமிக்க அந்தஸ்த்தை ஆயுத பலத்தை சரியான வழியில் பயன்படுத்தப் புலிகள் தவறினார்கள், தவறிழைத்தார்கள் என்பதே ஈழப்போராட்டம் தொடர்பான இஸ்லாமியரின் கண்ணோட்டம்.

2002 இல் இடம்பெற்ற இறுதியான இனப்பிரச்சினை தீர்வுப் பேச்சுவார்த்தைகளின் போது அதிகாரப் பகிர்வு - இஸ்லாமியர்களின் வகிபாகம் என்பன குறித்த விடயங்களில் புலிகள் தரப்பும் இஸ்லாமியர் தரப்புக்குமிடையில் கருத்தொற்றுமை ஏற்பட்டிருக்கவில்லை. பேச்சுவார்த்தை விவாதங்களாகவும் இழுபறியானதாகவுமே தொடர்ந்தன. வடக்கு கிழக்கு இஸ்லாமியர்களின் வகிபாகம் அவர்களின் அரசியல் அந்தஸ்த்து, கௌரவம் தனித்துவம் போன்றன உத்தரவாதப்படுத்தப்படாத அதிகாரப் பகிர்வுக்கோ தனியீழத்திற்கோ இஸ்லாமியர்கள் ஆதரவுக்கோசமிடுவதில்லை என்றே இஸ்லாமியத் தரப்பு அரசியல் தலைமைகள் முடிவு செய்திருந்தன. இன்றும் இதே நிலைப்பாடுகளே நிலவுகின்றன. இந்த விவகாரத்தில் புலிகளும் தமிழகப் புலி ஆதரவாளர்களும் நியாயமான ஏற்றுக்கொள்ளத்தக்க தீர்வுகளை கொள்கைகளைக் கொண்டவர்களாக இன்றைக்கும் இல்லை. திட்டமிடப்பட்ட முறையான கட்டமைப்பின் கீழ் அல்லாத ஈழம் மற்றுமொரு சிறுபான்மை இஸ்லாமியர்களை ஒடுக்காதென்பதற்கான உத்தரவாதம் கிடையாதென்பதாக புலிகளின் முன்னைய ஆயுதப் பிரயோகங்கள் சந்தேகங்களை ஏற்படுத்துகின்றன.

ஆயுதப் போராட்டம் தமிழர்கள் வாழ்வில் இரண்டு வகையாகச் செல்வாக்குச் செலுத்தியுள்ளது. ஒன்று வீழ்ச்சி. மூன்று தசாப்தகாலப் போர் தமிழர்களை தமிழர் அடையாளங்களை அழித்து குடிபெயரச் செய்து சீரழித்துள்ளது. கல்வியிலும் அபிவிருத்தியிலும் மூன்று தலைமுறைகளுக்குத் தமிழ்ச் சமூகத்தைப் பின்னோக்கிய இருண்ட நிலைக்கு ஆயுதப் போராட்டம் தள்ளிவிட்டுள்ளது. இதன் உண்மைத் தன்மையை ஐரோப்பாவிலும், தமிழ் நாட்டிலும் அரசியல் தஞ்சம் அடைந்துள்ள தமிழர்களுடன் ஒப்பிட்டு நோக்க முடியாது. வடக்குக் கிழக்கில் புலிகளின் கட்டுப்பாட்டில் வாழ்ந்த அப்பாவித் தமிழ் சிறுவர்கள், இளைஞர்களுடனும் ஏனைய இலங்கை இளைஞர்களுடனும் ஒப்பிட்டு நோக்கவேண்டும்.

இரண்டாவது எழுச்சி. இன்று ஐரோப்பிய நாடுகளில் பல்லாயிரக்கணக்கான தமிழர்கள் வாழ்கின்றனர். கல்வி, சுகாதாரம், மருத்துவம், உறைவிடம், தொழில் என்று பல வழிகளிலும் அவர்கள் சிறப்பாகவே தங்களைத் தகவமைத்துக் கொண்டுள்ளனர். தஞ்சம் கோரியிருக்கும் சிலர் இன்னும்

சீரான இயல்பான வாழ்வுக்குத் திரும்பாதிருக்க இடமுண்டு. ஆனாலும் அது தற்காலிகமானதும் இருத்தலுக்கான காத்திருப்பு என்பதாகவுமே பார்க்கப்பட வேண்டியது. பனியோடு போராடும் புலம்பெயர்வுப் போராட்டமானது ஈழத்தில் முள்ளிவாய்க்காலில் மக்கள் சந்தித்த அவல நிலைக்கு ஈடானதில்லை. இந்த எழூச்சிப் போரின் சாதகமான விளைவுகளில் ஒன்று. இன்று புகலிடங்களிருந்து ஈழத்திற்காக குரல் எழுப்புகின்ற எவரும் இலங்கைக்குத் திரும்ப வரப்போவதில்லை. ஐரோப்பிய நாடுகளின் வளங்களையும் சௌகரியங்களையும் எவரும் இழந்து துறக்கப்போவதில்லை. இவர்கள்கூட இன்று இலங்கையில் வாழ்ந்து கொண்டிருக்கின்ற பாதிக்கப்பட்ட மக்களின் துயரத்தைச் சந்தர்ப்பவாதத் தந்திரோபாயமாகக் கையாளவே செய்கின்றனர்.

போரின் இரட்டைப் பரிமாணங்களாக வீழ்ச்சி எழுச்சி என்ற இரண்டு அம்சங்களும் தனித்தனியாக பரந்த விடயப்பரப்புக்குள் ஆராயப்படக்கூடியது.

"அழுத்தம்" என்று கூறக்கூடிய தமிழ்த் தேசிய அரசியல்வாதிகளின் கடும்போக்கு காரணமாகவே இன்று சிறுபான்மை தமிழ் மக்கள் அநீதியிழைக்கப்பட்டவர்களாக நீதியிழந்தவர்களாக நிற்கிறார்கள். இலங்கையை நிர்வகித்துக் கொண்டிருக்கும் பெரும்பான்மை அரசைக் கையாள்வதிலும், சிறுபான்மை மக்களின் ஆதரவைப் பெறுவதிலும் முதிர்ச்சியற்ற செயற்பாடுகளால் தமிழ்த் தேசியக் கூட்டமைப்பினிடையே பாரிய முரண்பாடுகள் இன்றும் காணப்படுகின்றன. 13ஆம் திருத்தச் சட்டத்தை அர்த்தமற்ற, அதிகாரமற்றது என்று தூக்கியெறிந்தவர்கள் தற்போது அமுல்படுத்தக் கோருகின்ற கொள்கையற்றதாகவே தமிழ்த் தேசியத்தின் குரல்கள் ஒலிக்கின்றன.

சுதந்திரத்திற்கு பின்னர் தமிழ் மக்களை ஒற்றுமைப்படுத்துவற்கும், தேசிய அரசியல் குறித்த விழிப்புணர்வை ஏற்படுத்தவும் எவ்வாறான நடவடிக்கைகள் கையாளப்பட்டதோ, அரசியல் அபிலாசைகளை நிறைவேற்றிக் கொள்வதற்காக என்னென்ன வியூகங்கள் வகுக்கப்பட்டதோ அப்படியான செயற்பாடுகளே பல தசாப்தங்களுக்குப் பின்னர் இப்போதும் நடைபெற்றுக் கொண்டிருக்கின்றன. தமிழ்த்

தேசிய அரசியலானது இன்னும் முதல் அத்தியாயத்திலேயே நிற்கின்றது. போருக்குப் பின்னர் தமிழ்த் தேசிய அரசியலானது மறு அத்தியாயத்திற்குள் பிரவேசித்திருக்கவேண்டும். புதிய உத்திகளுடன் வியூகங்கள் வகுத்துச் செயற்பட்டிருக்கவேண்டும். தமிழ்த் தேசிய அரசியலானது இன்னும் ஆரம்பித்த புள்ளியிலேயே நிற்கின்றது. தமிழ்த் தேசிய அரசியலை புரட்சிகரமான செயற்பாடுகளின் வாயிலாகத்தான் அடைய முடியும் என்கின்ற மனக்கணிப்பீடே இப்பின்னடைவுக்கான மிக முக்கிய காரணம். அதுமாத்திரமன்றி, இது மற்றுமொரு அழிவுக்கு மக்களை வழிகாட்டும் நடவடிக்கை.

இவ்வாறு பன்முகங்களைக் கொண்ட ஈழத்து அரசியல் தொடர்பான ஒருபக்க அறிவையே தமிழக மக்களும், மாணவர்களும் கொண்டிருக்கின்றனர். ஈழம் என்கின்ற கனவை நனவாக்கிக் கொள்வதற்கு இஸ்லாமியர்கள் தடையாக இருப்பதாகவும், இஸ்லாமியர்கள் சிங்கள பௌத்தத்திற்கு ஆதரவானவர்கள் என்பதும் மேம்போக்கான கண்ணோட்டங்கள். பிரச்சினைகளின் அடிப்படைகளைப் புரிந்து கொள்ளாது விளைவுகளைப் பற்றி பேசுவதும் அதற்காகப் போராடுவதும் விழலுக்கு இரைத்த நீர் போன்ற செயற்பாடுகள்.

2015

பேரினவாத நிகழ்ச்சி நிரல்

சிங்களப் பேரினவாதம் முஸ்லிம்களை இன அழிப்பு செய்வதற்கான நிகழ்ச்சி நிரலை அமல்படுத்தியுள்ளது. அழுத்கம - பேருவளை வன்முறைச் சம்பவங்கள் இதனை அழுத்தமாகப் பதிவு செய்திருக்கின்றன. அட்டவணைப்படுத்தப்பட்ட ஒழுங்குடனேயே இந்த இனச் சுத்திகரிப்புக்கான முஸ்தீபு அரங்கேறியிருக்கிறது. எட்டு உயிரிழப்புகள், 80 பேர் காயம், 5000 மக்கள் அதிகள், 200 வீடுகளும், 40 வியாபாரத் தளங்களும் தீக்கிரை, 17 பள்ளிவாயல்கள் சேதம் என்பதாக வன்முறைத் தாண்டவம் பேரழிவை ஏற்படுத்தியிருக்கிறது. சொத்து இழப்புக்களின் பெறுமதி 580 கோடி எனவும் மதிப்பிடப்பட்டுள்ளது.

2009 போர் முடிவுக்கு வந்ததன் பிற்பாடு, குறிப்பாக 2012 பௌத்த கடும்போக்குவாதம் பேசுகிற பொதுபலசேனா, ராவண பலய, சிஹல உறுமய போன்ற அமைப்புகள் தோற்றம் பெற்றன. பொதுபலசேனா என்ற அமைப்பே முஸ்லிம்களுக்கு எதிரான தீவிரவாதத்தைச் செயற்படுத்தியது. அதன் செயலாளர் கலகொட அத்தே ஞானசார தேரரே முஸ்லிம்களுக்கு எதிரான வெறுப்புப் பிரச்சாரத்தைத் தீவிரமாகத் தொடர்ந்து கொண்டிருப்பவர். இந்த அமைப்பின் பிரதானப் பிரச்சாரம் இலங்கையில் ஒன்பது சதவீதமாக உள்ள முஸ்லிம்களால் பௌத்த மதத்துக்கும் கலாச்சாரத்துக்கும் ஆபத்து ஏற்பட்டுள்ளது, ஆகவே முஸ்லிம்களையும் அவர்களது மத அடையாளங்களையும் அழித்தொழிக்க வேண்டும் என்பதே. இந்த அமைப்பு முஸ்லிம்களைத் தீவிரவாதிகளாகவே நோக்குகின்றது. “நாம் நமது குழந்தைகளுக்குக் கல்வியைப் கற்பிப்பது போன்று முஸ்லிம்கள் அவர்களது குழந்தைகளுக்குத் தீவிரவாதத்தைப் போதிக்கிறார்கள். குர்ஆன் மதரஸாக்களில்

தீவிரவாதமே போதிக்கப்படுகின்றது" என்பதாகவே கலகொட அத்தே ஞானசார தேரர் பிரச்சாரம் செய்துவருகிறார். இலங்கை முஸ்லிம்களுக்குப் பாக்கிஸ்தானில் இருந்து உதவிகள் கிடைக்கிறதென்றும் கிழக்கில் தலிபானியர்களின் ஊடுறுவல் இருப்பதால் அப்பகுதிகளில் இராணுவப் பாதுகாப்பைப் பலப்படுத்த வேண்டும் என்றும் இந்த அமைப்பு மே மாதம் முதல் வாரத்தில் நடாத்திய ஊடகவியலாளர் மாநாடொன்றில் தெரிவித்தது. முஸ்லிம்களுக்கு இருக்கக்கூடிய சர்வதேச வணிகத் தொடர்புகள் யாவற்றுக்கும் பயங்கரவாத முத்திரை குத்துகிற இந்த அமைப்பு, முஸ்லிம்களின் வெளிநாட்டு வியாபாரத் தொடர்புகள் முழுவதையும் முற்றிலுமாகத் தடை செய்வதிலும் தீவிரக் கவனமுடன் செயற்பட்டுக் கொண்டிருக்கிறது.

பொதுபலசேனா அமைப்பின் பிரதானத் திட்டமிடல்களில் ஒன்றாக முஸ்லிம்களைப் பொருளாதார ரீதியாக முடக்குவது, இரண்டாவது திட்டமிடலாக அவர்களின் மத வழிபாட்டிடங்களைத் தகர்ப்பது இடம்பெற்றிருப்பதைக் காண முடிகிறது. ஹலால் சான்றிதழ் வழங்கும் முறையை அனுமதிக்கக் கூடாதென்றும் இம்முறையை நாட்டிலிருந்து முழுமையாக அகற்ற வேண்டுமென்றும் 2012இல் இவ்வமைப்பு பெரும் ஆர்ப்பாட்டங்களையும் பேரணிகளையும் நடத்தியதுடன் வன்முறைச் செயற்பாடுகளிலும் ஈடுபட்டது. ஜம்மியதுல் உலமா சபை ஹலால் சான்றிதழ் வழங்கும் நடைமுறையிலிருந்து விலகிக்கொள்வதாக அறிவிக்கும்வரை வன்முறை தொடர்ந்தது. இது பொதுபலசேனாஅமைப்பின் பிரதானத் திட்டமிடல் ஒன்றினுள் அடக்கப்படக்கூடியது. தம்புள்ள பள்ளிவாயல் தகர்ப்பு மற்றும் கிராண்பாஸ், தெஹிவள, அநுராதபுரம் பள்ளிவாயல்களில் ஏற்படுத்தப்பட்ட தடைகள், பலாங்கொடையில் உள்ள சூபிக்களின் தளமென்று சொல்லக்கூடிய ஜெயிலானியில் ஏற்படுத்திய இடையூறுகள் ஆகியன பிரதானத் திட்டமிடல் இரண்டுள் அடக்கப்பட வேண்டியவை.

அட்டவணைப்படுத்தப்பட்ட இவ்விரண்டு விதமான நிகழ்ச்சிகளையும் நிகழ்த்தக்கூடியவையே அழுத்கம -பேருவளைப் பகுதிகள். இவை இலங்கையின் தலைநகரம் கொழும்புக்கு அடுத்துள்ள மேல்மாகாணம் களுத்துறை மாவட்டத்திலுள்ளவை. இப்பகுதிகளில் வர்த்தக நகரங்கள்

பல முஸ்லிம்களுக்குச் சொந்தமானவை. 12.06.2014 முச்சக்கர வண்டியும் வானொன்றும் போக்குவரத்து நெரிசலுக்குள்ளான தருணத்தில் இரு சாரதிகளுக்குமிடையில் இடம்பெற்ற வாய்த்தர்க்கமே வன்முறைகளின் முகாந்திரம். முச்சக்கர வண்டிச் சாரதி முஸ்லிம். வான் சாரதி சிங்களவர். ஆனால் வான் உரிமையாளரான பௌத்த பிக்கு, தனது வண்டியை மோதியதுடன் தன்னை அடித்தார் என்று ஆட்டோ சாரதிக்கு எதிராகப் பொலிஸில் முறைப்பாடு செய்ததுடன் வைத்தியசாலையில் சேர்ந்துகொண்டார். முஸ்லிம் நபர் ஒருவர் பௌத்த பிக்குவை அடித்துவிட்டார் என்ற செய்தி வேகமாகப் பரவிப் பரபரப்பை ஏற்படுத்தியதுடன், இதற்கு எதிரான கண்டனப் பேரணியை நடத்துவதற்கான ஏற்பாட்டில் பொதுபலசேனா அமைப்பு இறங்கியது. சம்பவம் இடம்பெற்ற பிரதேசத்தில் ஏற்பாடாகிக் கொண்டிருக்கும் கண்டனப் பேரணியில் சிங்களவர் அனைவரும் கலந்துகொள்ள வேண்டும் என்று இந்த அமைப்பு ஒலிபெருக்கிகளில் பிரச்சாரம் செய்தது. இரு தினங்களாகத் திட்டமிடப்பட்டு 15.06.2014 மதியம் ஆரம்பமாகிய கண்டனப் பேரணியில் ஐந்தாயிரம் சிங்களக் கடும்போக்குவாதிகள் பங்குபற்றியிருந்தனர்.

இன அழிப்பில் முடிவுற்ற இந்தப் பேரணி முற்றிலுமாக அரசாங்கத்தின் ஆதரவுடன் இடம்பெற்றதுதான் என்பதில் சந்தேகமில்லை. கண்டனப் பேரணிக்காக மக்களை அணிதிரட்டும் பணியில் பொதுபலசேனாஅமைப்பு காண்பித்த தீவிரத்தையும் வேகத்தையும் கவனித்த சிவில் அமைப்புகள், முஸ்லிம் அரசியல் கட்சிகள், பிரமுகர்கள் அதன் ஆபத்தை உணர்ந்தவர்களாகப் பேரணியை நிறுத்த நடவடிக்கை எடுக்குமாறு பாதுகாப்பு உயர் அதிகாரிகள் மற்றும் பொலிஸிடம் விடுத்திருந்த வேண்டுகோள் கவனத்தில் கொள்ளப்படவில்லை. தொழில் கட்சிகள் நிறுவனங்களுக்கு எதிராகக் கண்டனப் பேரணிகளுக்குத் தயாராகும்போது தடுப்பதற்காக நீதிமன்றில் தடை உத்தரவு பெறுவதை வழக்கமாகக் கொண்டிருக்கும் இலங்கை பொலிஸ் பொதுபலசேனாவின் பேரணிக்காக நீதிமன்றத் தடை உத்தரவைப் பெறவில்லை. மாறாக, முஸ்லிம்களுக்கு எந்தவிதப் பாதிப்பும் ஏற்படாது என்று உத்தரவாதமளித்தபடியிருந்தது. பாதுகாப்புச் செயலாளர் கோத்தபாய ராஜபக்ஷ எவரது வேண்டுகோளுக்கும் பதில் கூறாமலேயே ஜப்பான் நாட்டுக்குப் பயணித்திருந்தார்.

பொலிஸ் விஷேட அதிரடிப் படையினர் பாதுகாப்புடனே பேரணி நடைபெற்றது. முஸ்லிம்கள் அல்லாத அல்லது முஸ்லிம்கள் குறைவாக வாழும் சாலைகள் வழியாகப் பேரணியை வழி நடத்தியிருக்கலாம். ஆனால் தர்கா நகர் போன்ற முஸ்லிம்கள் அதிகம் வாழும் பள்ளிவாயல்கள் உள்ள சந்துகள் வழியாகவும் பேரணி வழிநடத்தப்பட்டது. மஸ்ஜிதுந் நூர் வெலிப்பட்டி, தர்கா நகர் பள்ளியை நோக்கி விஷேட அதிரடிப்படையினரே துப்பாக்கிச் சூடு நடத்தியதாகவும் மக்கள் தெரிவித்துள்ளனர். 45 நாட்களேயான குழந்தை துப்பாக்கிச் சூட்டுக்கு இலக்காயிருப்பதைக் கொண்டு பொலிஸ் அல்லது அதிரடிப் படையினர் துப்பாக்கிச் சூடு நடத்தியிருப்பதை ஊர்ஜிதம் செய்ய முடிகிறது. பௌத்த பிக்குகள் தீப்பந்தங்கள், வாள்கள், தடிகளையே ஆயுதங்களாக வைத்திருந்தார்கள் என்றும் பாதிக்கப்பட்டவர்களின் வாக்குமூலங்களிலிருந்து அறியமுடிகிறது.

இந்த வன்முறைகளுக்குப் பிற்பாடான முதல் அமைச்சரவைக் கூட்டம் 19.06.2014 அன்று இடம் பெற்றது. வாரந்தோறும் இடம் பெறுவதாக இருந்தபோதும் அழுத்கம-பேருவளை விவகாரம் இக்கூட்டத்திற்கு முக்கியத்துவத்தையும் எதிர்பார்ப்புகளையும் அதிகப்படுத்தியிருந்தது. முஸ்லிம் அமைச்சர்களுக்கும் ஜனாதிபதிக்கும் இடையிலான விவாதமாகவே இக்கூட்டம் முடிவடைந்திருந்தது. பொதுபலசேனா அமைப்பைத் தடை செய்ய வேண்டும் என்று முஸ்லிம்கள், அமைச்சர்கள் வேண்டுகோள் விடுத்தபோது அவ்வாறு செய்ய முடியாதென்றும் அவ்வாறு தடை செய்வது அவசியமற்றது என்றும் ஜனாதிபதி மஹிந்த ராஜபக்ஷ தெரிவித்திருந்தார். பகிரங்கமாக வன்முறையில் ஈடுபடுகின்றவர்களைத் தடை செய்வதால் மட்டும் கட்டுப்படுத்த முடியாதென்றும் தடை செய்தால் மறைமுகமாக இன்னும் ஆபத்தான விதமாக அவர்கள் செயற்படக்கூடும் என்றும் விவரித்திருந்தார்.

இதனிடையில் 21.06.2014 அன்று காலை பாணந்துறையில் "நோ லிமிட்" ஆடைக் காட்சியகம் தீயிடப்பட்டது. முஸ்லிம் வர்த்தகருக்குச் சொந்தமான இந்த ஆடையகம் இருபதுக்கும் மேற்பட்ட கிளைகளுடன் பிரமாண்ட, நவீன விற்பனைக் கூடங்களுடன் இயங்கு மொன்றாகும். இதன் பிற்பாடு, முஸ்லிம் காங்கிரஸின் தலைவரும் நீதியமைச்சருமான ரவூப் ஹக்கீம்

தலைமையில், 21 பேரைக் கொண்ட அமைச்சர்கள் மற்றும் நாடாளுமன்ற உறுப்பினர்கள் குழு அச்சமயம் பதுளையில் இருந்த ஜனாதிபதியைச் சந்தித்திருந்தனர். முஸ்லிம்களின் வர்த்தகத்தை, பண்பாட்டு மத கலாச்சார அடையாளங்களைத் திட்டமிட்டு இல்லாதொழிக்கும் செயல்பாடு நாட்டை இட்டுச் செல்லக்கூடிய ஆபத்துக் குறித்த கலந்துரையாடலின் பின்னர், இதுபோன்ற வன்முறைகள் இடம்பெறாதென்றும் தகுந்த நடவடிக்கை எடுப்பேன் என்றும் முஸ்லிம்களின் பாதுகாப்பை உறுதி செய்வேன் என்றும் ஜனாதிபதி மஹிந்த ராஜபக்ஷ வாக்குறுதி அளித்துள்ளார்.

சங்கிலித் தொடராக இடம்பெற்றிருக்கும் நிகழ்ச்சிகள், அதிகாரத் தரப்புகளிடையேயான பேச்சுக்கள் யாவும் சிங்களப் பேரினவாதம் மற்றுமொரு இன அழிப்புக்குத் தயாராகிவிட்டிருப்பதையே அறிவிக்கிறது. வரலாற்றில் சிங்களவர்களின் முதல் இலக்காக இருந்தவர்கள் முஸ்லிம்களே. பிரிட்டிஷ் ஆட்சிக் காலத்தில் 28 மே 1915, சிங்கள மேலாதிக்கவாதிகளால் முஸ்லிம்களின் பொருளாதாரத்தை இலக்கு வைத்து மேற்கொண்ட தாக்குதலே இலங்கையில் இடம் பெற்ற முதலாவது இன வன்முறை. தமிழர்களின் தேசிய உணர்வு காரணமாக முஸ்லிம்கள் மீதான வெறுப்பைப் பேரினவாதம் ஒத்தி வைத்திருந்தது. தற்போது தமிழினத்தின் கல்வி, பொருளாதாரம், போராடும் திறன் அனைத்தையும் அடக்கியொடுக்கிவிட்டதாக நம்புகிற நிலையில் ஒத்திவைத்திருந்த இலக்கை நோக்கிச் செயல்புரியத் தொடங்கியிருக்கிறது சிங்களப் பேரினவாதம்.

2014 ஜூலை
காலச்சுவடு இதழ்

இருட்டை இருட்டால் விலக்குதல்

மீண்டுமொரு இனசுத்திகரிப்புப் பீதி இலங்கை மக்களை குறிப்பாக இஸ்லாமியர்களை பிடித்தாட்டத் துவங்கியுள்ளது. இலங்கை முஸ்லிம்களின் பொருளாதார வர்த்தக மற்றும் கலாசார நடவடிக்கைகளையும் அடையாளங்களையும் குறிவைத்து சிங்கள பௌத்த கடும்போக்கு சக்திகள் மேற்கொண்டு வரும் நடவடிக்கைகள் இதன் வெளிப்பாடுகளாகவே நோக்கப்படுகின்றன. தமிழரை இனசுத்திகரிப்புச் செய்த கறை மறைவதற்குள் இஸ்லாமியரை சுத்திகரிப்புச் செய்வதற்கு பேரினவாதம் துணிந்துவிட்டதாகவே பரவலாகக் கருதப்படுகின்றது.

எதிர்காலத்தில் முஸ்லிம்கள் பெரும்பான்மையாகி இலங்கை முழுவதையும் கைப்பற்றிவிடுவார்கள் என்ற அச்சமே சிங்கள கடும்போக்குவாதிகளை உசுப்பிவிட்டதாக வெளியான தகவல்களும் இதுகுறித்து முண்டியடித்துக் கொண்டு இஸ்லாமியர்களாலும் சிங்களவர்களாலும் செய்யப்பட்ட பிரச்சாரங்களும் கருத்துப்பரிமாறல்களும் மிக முக்கியமானதும் கவனிக்கத்தக்கதுமாகின்றது. இன்னொரு புறம் இஸ்லாமியர்களின் வர்த்தக நடவடிக்கைகளின் மீதான காழ்ப்புணர்ச்சி காரணமாகவே ஹலால் பொறிமுறைக்கு எதிரான கோஷம் எழுந்துள்ளது எனப்படுகின்றது.

பொதுபலசேனா என்ற சிங்கள கடும்போக்கு சக்தியொன்று மிகக் குறுகிய காலத்தில் வெளிப்பட்டது மாத்திரமல்லாது அசுர வேகத்தில் வளர்ந்து மிகச் சுதந்திரமான முறையில் பிரச்சாரங்களை மேற்கொள்கிறது. இஸ்லாமியர்களுக்குச் சொந்தமான வர்த்தக ஸ்தாபனங்களைக் குறிவைத்துத்

தாக்குவதுடன், பொலிசும் பலம் வாய்ந்த இராணுவ அமைப்பும் தமக்கு உறுதுணையாக இருப்பதாகவும் கூறிவருகிறது. இவற்றை உண்மைப்படுத்துவதுபோல கொழும்பின் சில இடங்களில் இஸ்லாமியர்களின் வர்த்தக நிலையங்கள் தாக்கப்பட்டபோதும், இஸ்லாமியர்களின் வர்த்தக நிலையங்களில் பொருள் கொள்முதல் செய்த சிங்களவர்கள் தாக்கப்பட்டபோதும் பொலிஸார் பராக்குப் பார்த்துக் கொண்டிருந்திருக்கின்றனர்.

இந்த முரண்பாடு பிரிவினைவாதம் இன்று நேற்றுத் திடீரென ஏற்பட்டதல்ல என்பதையும் இது காலனித்துவ ஆட்சியாளர் காலத்திலேயே உருவானதென்பதையும் விளங்கிக் கொண்டு அதன் பின்னணியிலேயே இப்பிரச்சினைகளை ஆராயவேண்டியிருக்கிறது. அதிகாரப் பகிர்வு குறித்த பிரக்ஞை இல்லாதிருந்த காலத்திலேயே 1915இல் இஸ்லாமியரை இலக்காகக் கொண்டு எழுந்த கலவரமும், 1948இல் எந்தவித முகாந்திரமுமின்றி மலையகத் தமிழர்களின் வாக்குரிமையைப் பறித்து நாடாளுமன்றத்தில் அவர்களைப் பிரதிநிதித்துவம் இழக்கச் செய்தது உட்பட பேரினவாதக் காய்ச்சலின் முற்றிய வெளிப்பாடுகளை வரலாறு நெடுகிலும் காணலாம்.

சுனாமிக்குப் பின்னரான மீள்கட்டுமானப் பணிகளின்போது மீள்குடியேற்ற அடையாளத்துடன் இஸ்லாமியர்கள் வாழும் பிரதேசங்களில் சிங்களவர்களைக் குடியேற்றியது, இஸ்லாமிய பூர்வீகக் குடிகளின் காணிகளை புண்ணிய பூமிகளாகப் பிரகடனப்படுத்தி புத்தர் சிலைகளை நிர்மாணித்தது, விகாரைகள் அமைத்தது எனத் தொடர்ந்து 2012 இல் தம்புள்ள பள்ளிவாசல் மீது தாக்குதல் நடத்தப்பட்டது. அதனைத் தொடர்ந்து அநுராதபுரம், குருநாகல், தெதுறுஓயா, ராஜகிரிய ஒபேசேகரபுர, தெஹிவளை ஆகிய இடங்களிலுள்ள பள்ளிவாசல்கள் மீது தாக்குதல் நடத்தப்பட்டது. மிகக் குறுகிய காலத்துள் முஸ்லிம்களைக் குறிவைத்து மேற்கொள்ளப்பட்ட மிகப்பாரிய நடவடிக்கைகளாக இவை நோக்கப்படுகின்றன.

1956இல் கொண்டுவரப்பட்ட ‘சிங்களம் மட்டும்’ என்ற கடும்போக்கு சட்ட மசோதா எப்படித் தமிழர்களை ஆயுதப் போராட்டத்திற்குள் தள்ளியதோ அதே துரதிருஷ்ட நிலைக்கு இஸ்லாமியர்களையும் இழுக்கும் மோசமான நிலைமைகள் உருவாகியிருக்கின்றன. இத்தகைய

பிரிவானைவாத சதி வலையிலிருந்து மீள்வது குறித்து சிந்திக்கவும் செயலாற்றவுமான கட்டாயம் இஸ்லாமியர்களுக்கும் இஸ்லாமிய அரசியல் தலைமைகளுக்கும் எழுந்துள்ளது. அதேநேரம் இஸ்லாமியர்களுக்கு எதிரான பௌத்த கடும்போக்கு நிலைப்பாடானது எவற்றின் விளைவுகள் அல்லது வெளிப்பாடுகள் என்றும் எதன்பொருட்டு அல்லது இஸ்லாமியர்களின் எத்தகைய போக்கை வளர்ச்சியை முடக்க இத்தகைய நடவடிக்கைகள் மேற்கொள்ளப்படுகின்றன என்பது குறித்தும் ஆராய வேண்டியது அவசியமாகின்றது.

2012இல் பள்ளிவாசல்கள் தாக்கப்படுவதற்கு முன்பிருந்தே இலங்கையின் புதிய சனத்தொகை மதிப்பீட்டறிக்கையின்படி இஸ்லாமியர்களின் எண்ணிக்கை அதிகரித்துள்ளது என்ற செய்திகளை ஊடகங்களில் தொடர்ச்சியாகக் காணக்கூடியதாக இருந்தது. இலங்கையின் மொத்த சனத்தொகையில் 10 சதவீதத்திற்கும் குறைவான இஸ்லாமியர்கள் எவ்வாறு அதிக எண்ணிக்கையை அடைய முடியும் என்ற அறிவுக்குப் புறம்பான அடிப்படையற்றதும் அபத்தமானதுமான தர்க்கங்களும், இலங்கை எதிர்காலத்தில் இஸ்லாமிய நாடாக மாறிவிடும் என்ற பல்லின சமூகத்துக்குள் வெறியூட்டத்தக்க சொல்லாடல்களும் ஏற்படுத்திய விளைவுகளே 'இலங்கையை முஸ்லிம்கள் கைப்பற்றி விடுவார்கள்' என்ற பிரச்சாரத்தை சிங்கள கடும்போக்குவாதிகள் மேற்கொள்வதற்கான வழிகளை ஏற்படுத்திக் கொடுத்துள்ளது.

கலாசார மத உரிமையை முற்றிலும் மீறுகின்ற வகையில் இஸ்லாமியப் பெண்கள் பர்தா அணிவதில் மூக்கை நுழைப்பது பொதுபலசேனாவின் மனிதாபிமானத்திற்கு அப்பாற்பட்டதும், இலங்கையின் அரசியல் அமைப்பிற்கு அமைவாக சட்டத்திற்கு முரணானதும் தண்டனைக்கு உட்படுத்தக்கூடியதுமான செயற்பாடு. ஆனபோதும் 1948இல் மலையகத் தமிழர்களின் வாக்குரிமையினைப் பறித்ததுபோன்ற அல்லது 1956 இல் 'சிங்கள மட்டும்' சட்ட மசோதாவை இயற்றியதுபோன்ற அல்லது அதற்கு நிகரான ஒரு செயற்பாடாக பொதுபலசேனாவின் எதிர்வினையைப் பொருட்படுத்தவேண்டியதில்லை. இந்த ஆவேசக்குரல் முழு பௌத்த மக்களினுடையதுமோ அல்லது நாடாளுமன்றத் தீர்மானமோ கிடையாது. அதேநேரம் வரலாற்றிலேயே மிக அரிதானதாக பொதுபலசேனாவுக்கான எதிர்வினைகள் சிங்கள பௌத்தர்களினுடையதாகவும்

இருக்கின்ற சாதகமான நிலை கவனிக்கத்தக்கதும் மிக முக்கியமான மாற்றமுமாகும்.

வரலாற்றிற்கு மாற்றமான முறையில் பல சிங்கள பௌத்த முன்னணி அமைப்புகளும், பீடாதிபதிகளும் பொதுபலசேனாவைக் கண்டித்திருந்தனர். இனவாதத்தை ஏற்படுத்த முற்படுகின்ற தீய சக்தி எனப் பகிரங்கமாகச் சாடினர். இந்த நிலைமைகளை சாதகமாகப் பயன்படுத்திக் கொண்டு இஸ்லாமியர்கள் தங்கள் எதிர்காலத்தைப் பாதுகாப்பதென்கிற அரசியல் தந்திரோபாயம் மிக இன்றியமையாததாகின்றது.

உள்நாட்டில் வியாபாரப் பொருள்களுக்கு ஹலால் சான்றிதழ் வழங்குகின்ற நடைமுறையை இலங்கை ஜம்மியத்துல் உலமா விட்டுக் கொடுத்தது. இதற்காக இலங்கை ஜம்மியத்துல் உலமாவும், இதன்போதான விவாதங்களின்போது பேரமைதி காத்த இஸ்லாமிய அரசியல் தலைவர்களும் கடுமையான விமர்சனத்திற்குள்ளாக நேர்ந்தது. இஸ்லாமிய அரசியல்வாதிகளின் மௌனம் என்பது அறமற்றதே என்றாலும், சகவாழ்வையும் இஸ்லாமியர்களின் எதிர்கால பாதுகாப்பையும் மையமாகக் கொண்டு ஜம்மியத்துல் உலமா மேற்கொண்ட தீர்மானமானது மிக நுட்பமானதும் தூர இலக்கைக் கொண்டதுமாகவே பார்க்கப்படவேண்டும்.

தமிழர்களின் அழிவுக்கு சிங்களப் பேரினவாதிகளுடன் இஸ்லாமியர்கள் கூட்டாக இருந்தார்கள் என்றும் - இன்று அதற்கான தேவைப்பாடு இல்லாதுபோய்விட்டதனால் இஸ்லாமியரை ‘இன அழிப்பு’ செய்வதற்கு சிங்கள அரசு தீர்மானித்துவிட்டதென்றும் பரவலான கருத்துக்களைக் காணமுடிகின்றது. இத்தகைய கருத்துக்களும் பிரதிவாதங்களும் தவிர்க்கமுடியாததென்றபோதும் இருட்டை இருட்டால் விலக்கலாம் என்ற புலிகளின் பாசிச நிலைப்பாட்டுக்கு இஸ்லாமியர்கள் தள்ளப்படுவார்களாக இருந்தால் அது இன்னுமொரு இன அழிவாக அல்ல, முழு இலங்கையின் அழிவாகவே இருக்கமுடியும்.

சிங்களக் கடும்போக்குவாதிகளை பேரதிர்ச்சியிலும் சந்தேகங்களிலும் ஆழ்த்துகின்ற இஸ்லாமியர்களின் செயற்பாடுகளும் இன்றைய இந்நிலைக்குக் காரணமென்பதும் ஏற்றுக் கொள்ளப்படவேண்டியது. முன்னைய காலங்களுடன்

ஒப்பிடும்போது இன்று இலங்கையில் முஸ்லிம்கள் செறிந்து வாழும் பகுதிகளில் காணத்தக்க 'இஸ்லாமிய மயமாக்கல்' பிரமிக்கத்தக்கது. முன்னர் காணப்பட்ட கௌரவமான 'இஸ்லாமிய சூழல்' முற்றிலும் இஸ்லாம் மயப்படுத்தப்பட்டுள்ளது. திடீரென முளைத்த அரபிக் கல்லூரிகளினதும், குர்ஆன் பாடசாலைகளினதும் அசுர வளர்ச்சியும், இஸ்லாமியர்கள் தங்களது அடையாளத்தைப் பிரித்துக் காட்டுவதில் காண்பிக்கின்ற அதிஉச்சபட்ச ஆர்வமும் சிங்களவர்களின் கவனத்தை ஈர்க்காதிருக்க முடியாது. இதனை சிங்கள பௌத்தர்களின் காழ்ப்புணர்வு என்பதாக இஸ்லாமியர்கள் தர்க்கம் செய்கின்றனர். கிழக்கு மாகாணத்திலும் ஏன் இலங்கையின் மிக முக்கிய நகரங்களிலும் நடைபெறும் சில குர்ஆன் பாடசாலைகளும் ஏனைய கல்வி நிலையங்களிலும் ஆறு வயதுப் பெண் குழந்தைக்கும் பர்தா அணிவிப்பதை நடைமுறையாக்கியுள்ளன. இந்நடைமுறையை இஸ்லாமியர்கள் தங்களது கலாசார அடையாளமாகப் பிரகடனப்படுத்தியபோதும் 'இஸ்லாமிய சூழலை' இஸ்லாமிய மயமாக்கும் நடவடிக்கை என்பது வியாபார நோக்கங்களைக் கொண்டதும் ஏனைய இனத்தவர்களிடையே விஷமத்தனமான புரிதல்களுக்கு வழியேற்படுத்தக்கூடியதுமே. இந்தக் குர்ஆன் மதரஸாக்கள் இஸ்லாமியக் குழுக்களின் கொள்கை பரப்புதலை நோக்காகக் கொண்டதும் அரபு தேசத்தவர்களின் கலாசாரமான அபாயா, குல்லா என்பன வியாபார இலக்குகளால் பரப்பப்பட்டதுமே. இது ஒரு வகை முதலாளித்துவ 'இஸ்லாமிய மயமாக்கல்' நடவடிக்கை.

அரசியல் நோக்கங்களுக்கான 'இஸ்லாமிய மயமாக்கல்' மிகப்பாரிய விளைவுகளை ஏற்படுத்தக்கூடியது. இதற்கு மிகச்சிறந்த உதாரணம், கிழக்கு மாகாணத்தின் மிகப்பிரசித்தமான காத்தான்குடி என்ற நகரம். இது முஸ்லிம்கள் செறிந்து வாழும் நகரம். இந்நகரமும் வர்த்தகர்களும் போர்ச் சூழலில் புலிகளால் குறிவைக்கப்பட்டது. அன்றும் இன்றும் வர்த்தகச் செழிப்பான நகரம். தற்போதைய இந்நகரத்தின் அலங்காரமும் வடிவமைப்பும் பேரீச்சை மரங்களின் அணிவகுப்பும் அந்த வழியால் செல்கின்ற யாருக்கும் இஸ்லாமிய நாட்டுக்குள் பிரவேசித்துவிட்ட பிரம்மையை ஏற்படுத்திவிடும். இந்த நெடுஞ்சாலையில் நடப்பட்டிருக்கின்ற பேரீச்சை மரங்கள் பல கோடி ரூபா செலவில் அரபு நாடுகளிலிருந்து கொண்டுவரப்பட்டதாக கூறப்படுகின்றது. இத்தகைய ஒரு பிரம்மாண்ட இஸ்லாமிய அடையாளம் சவூதி போன்ற

இஸ்லாமிய நாட்டுக்கு இன்றியமையாதது ஆனால் இலங்கை போன்ற பௌத்த பல்லின மக்கள் வாழ்கிற நாட்டில் வீண் சந்தேகங்களையும், பிரச்சினைகளையும் விளைவிப்பது.

இவற்றையெல்லாம் விட மிக முக்கியமானது 2013 ஜனவரியில் சவூதி அரேபிய அரசாங்கத்தினால் ரிஷானா என்ற பெண்ணுக்கு எதிராக நிறைவேற்றப்பட்ட அரக்கத்தனமான மரணதண்டனையின்போது இலங்கையின் பல்லின சமூகத்தவர்களும் அதற்கான கண்டனங்களை அனுதாபங்களைத் தெரிவித்திருந்தனர். குரல் எழுப்பினர். ஆனால் உலமாக்கள் மௌனம் சாதித்தனர். குறைந்தபட்சம் இவ்வாறான மரணங்களை எதிர்காலத்தில் தவிர்ப்பதற்காகவாவது குரல் கொடுத்திருக்கலாம். அவர்களின் பேரமைதி இஸ்லாம் வன்முறையை ஆதரிப்பதைப் போல இருந்தது. இஸ்லாமிய ஷரிஆ என்ற பெயரில் சட்டரீதியாக இடம்பெற்ற கொலையைக் கண்டிப்பதும் பேசுவதும் நேராக நரகத்திற்கு அழைத்துச் சென்றுவிடும் என்றே நம்பிவிட்டவர்களைப் போல அமைதிகாத்தது இஸ்லாம் குறித்த மயக்கத்தையும் தெளிவற்ற நிலையையும் பிற இன, மதக் கொள்கையுடையோரிடையே ஏற்படுத்துவது நியாயமானதே.

இஸ்லாத்தின் நடைமுறைகளை மீள்பரிசீலனை செய்கின்ற இடங்களில் இஸ்லாமியர்கள் கொதித்துக் கொண்டும் அர்த்தமற்ற விதமாகவும் செயற்படுவது நீண்ட கால அடிப்படையில் பாதிப்புகளுக்கு இட்டுச் செல்லக்கூடியது. இஸ்லாமிய மத கலாசார தனித்துவ அடையாளங்களை முற்றிலும் புறக்கணித்து பௌத்த நாட்டில் பௌத்தர்களைப் போன்று வாழவேண்டுமா என்ற ஒரு கேள்வி இத்தகைய அடிப்படையாளர்களிடம் இருக்கவே இருக்கிறது. தூரநோக்கோடும் எதிர்கால முரண்பாடுகளை கவனத்திற் கொண்டும் செயலாற்றுவதே அமைதியான வாழ்வுக்கான உத்திகள். இலங்கை பௌத்த நாடு என்கின்ற அடிப்படையைத் தகர்க்கின்ற விதமான செயற்பாடுகள் எப்போதுமே ஆபத்தான விளைவுகளை ஏற்படுத்தக்கூடியதே. இந்த அனுபவத்தைக் கடந்த கால எதார்த்தங்களிலிருந்து இலங்கை மக்கள் கற்றுக்கொண்டிருக்கவேண்டும். இலங்கை சிங்கள பௌத்த நாடு என்கின்ற அடிப்படையை ஏற்றுக் கொண்டு தமது கௌரவத்தைப் பேணிய வகையில் அமைதியாக வாழ்வதா அல்லது அடையாளத்தை முன்னிறுத்தும் சண்டையில் அனைத்தையும் இழந்து அழிந்துபோவதா என்ற தீர்மானத்தை எடுக்கவேண்டிய

நிலைக்கு இஸ்லாமியர்கள் தள்ளப்பட்டுள்ளனர். இஸ்லாமிய அரசியல்வாதிகள், உலமாக்கள், வர்த்தகர்கள் போன்றோரால் அவர்களின் இலாபங்களுக்காக மேற்கொள்ளப்பட்டுவந்த வருகின்ற பல்வேறு நடவடிக்கைகளின் வெளிப்பாடாகவே பொதுபலசேனாவின் அதிரடி வெளிப்பாட்டைக் கொள்ள வேண்டியுள்ளது.

இந்தச் சிக்கலானதும், முரண்பட்டதுமான நிலையிலிருந்து இஸ்லாமிய சமூகம் மீள்வதென்பது அறிவு ரீதியான செயற்பாடுகளால் மாத்திரமே சாத்தியமாகக்கூடியது. சிங்களப் பேரினவாதத்திற்கு எதிராக இஸ்லாமிய இளைஞர்கள் கொதித்தெழ வேண்டும் என்று சிலர் அபத்தமாகப் பிரச்சாரம் செய்கின்றனர். எதிர்க்கட்சி கன்னாபின்னா என்று உளறிக் கொண்டிருக்கிறது. சில அரசியல்வாதிகள் முதலைக்கண்ணீர் வடித்துக் கொண்டிருக்கின்றனர். எடுத்தேன் கவிழ்த்தேன் என்று கருத்துக்களை வெளியிட்ட அஸாத் சாலி சிறைக்குத் தள்ளப்பட்டுள்ளார். இருட்டை இருட்டால் விலக்க முற்பட்டதனாலேயே அவருக்கு அந்தக் கதி!. சிங்களப் பேரினவாதத்தின் போக்குகளிலிருந்து இன்னும் கற்கமுடியவில்லை என்றால் இனியொருபோதும் கற்கமுடியாது. பேரினவாதத்திற்கு அடிபணியத் தேவையில்லை. பேரினவாதத்தின் முன்னால் நிமிர்ந்து நிற்கவேண்டுமானால் அதற்கான புதிய வியூகம் தேவைப்படுகின்றது. உணர்ச்சிவயப்படுதல் இனப்பிரச்சினைகள் உருவாகுவதைத் தடுக்காது. உணர்ச்சிவயப்படுதலால் உருக்குலைந்த ஒரு சமூகத்தின் வரலாற்று அவலம் கண்முன்னே நிகழ்ந்து கொண்டிருக்கின்றது. இன்னுமொரு இனமுரண்பாடு இலங்கையை முற்றிலுமாக அழித்துச் சின்னாபின்னப்படுத்திவிடும்.

கடந்த காலங்களில் வீடுகளுக்குள் புகுந்து அட்டகாசம் செய்த கிறீஸ் பேய்களை மக்கள் மறந்திருக்கமாட்டார்கள். அப்போது கிறீஸ் பேய் குறித்து பல்வேறு ஊகங்கள் தெரிவிக்கப்பட்டன. போர் முடிவுக்குக் கொண்டுவரப்பட்ட சிலகாலத்துக்குள் வீடுகளுக்குப் பாய்ந்த கிறீஸ் பேய்கள் மக்களிடையே ஆயுதப் புழக்கம் உள்ளதா என்பதை ஆராய்ந்தன. ஜட்டியில் உடல் முழுவதும் கிறிஸ் பூசி தோற்றத்தை மறைத்து மிகப்பயங்கரமாகத் திடீரென கிராமங்களை ஊடறுத்து ஓடிய அந்த கிறீஸ் பேய்கள் இரவுகளில் வீடுகளுக்குள் புகுந்து பெண்களின் மேற்சட்டைகளைக் கிழித்தன. இந்தக் கிறீஸ் பேய்களுக்கு எதிராக யாராவது

ஆயுதங்களுடன் கொந்தளிப்பார்கள் என்று அரசு எதிர்பார்த்தது. இதன்போது கிறீஸ் பேய்களுக்கு எதிராக பொலிஸ் எந்த நடவடிக்கையும் எடுக்கவில்லை. மாறாக ஆதாரவாக நடந்து கொண்டதை மக்கள் கண்டறிந்து பொலிஸ் நிலையங்களைத் தாக்கினர். மக்கள் கூட்டாக இணைந்து பொலிஸ் நிலையங்களைக் குறிவைக்கத் தொடங்கிய பின்னர் கிறீஸ் பேய்கள் மாயமாக மறைந்தன. அரசாங்கத்தின் கபடநாடகங்களில் ஒன்றாக இருந்த கிறீஸ் போன்றே இந்தப் பொதுபலசேனாவும் அரசாங்கத்தினால் ஏவிவிடப்பட்ட ஒரு பேய்.

தமிழ் மக்கள் மீதான இனப்படுகொலை, ஐக்கிய நாடுகளின் இலங்கைக்கு எதிரான தீர்மானம் போன்ற அரசியல் நெருக்கடிகளிலிருந்து மக்களைத் திசைதிருப்புவதற்காகவும், சிங்கள – முஸ்லிம் கலவரத்தை அடக்கிய மாபெரும் நாயகன் அந்தஸ்த்தைப் பெறுவதற்காகவும் மஹிந்த ராஜபக்ஷவும் சகோதரர்களும் இயற்றிக் கொண்டிருக்கும் அரங்கேற்றமே இது என்கின்ற சந்தேகத்தை சிங்களக் கடும்போக்கு வாதிகளின் கலவரத்தினைப் பொலிஸார் பார்த்துக் கொண்டிருந்ததைக் கொண்டு உறுதிப்படுத்த முடிகிறது.

இத்தகைய நெருக்கடியான நிலையில் பொதுபலசேனாவை வெறுப்பேற்படுத்துவதும் கடும்போக்குவாதிகளை எதிர்த்துக் கொண்டு போராடுவதும் புத்திசாதுரியமானது அல்ல. ஹர்த்தால் அனுஷ்டிப்பதும், சிங்களத் தயாரிப்பு பகிஷ்கரிப்பு நடவடிக்கைகளும் இனமுரண்பாட்டுக்கு தீர்வாக அமையாது. அது முரண்பாட்டை மேலும் விஸ்வரூபமாக மாற்றும். பொதுபலசேனாவை அரசாங்கம் தடை செய்யவேண்டும் என்று கோரும் பிக்குகளும், சிங்கள அமைப்புகளும், மாகாணசபை, நாடாளுமன்ற உறுப்பிர்களும்கூட இருக்கத்தான் செய்கிறார்கள். முக்கியமாக இளந்தலைமுறை சிங்கள இளைஞர்கள் பல பேரினவாத கடும்போக்கை எதிர்க்கின்றவர்களாகவும் இனசுமூகத்தை விரும்புகின்றவர்களாகவும் இருக்கிறார்கள். இவர்களின் ஆதரவுடனான ஒன்றுபட்ட செயற்பாட்டை இஸ்லாமியர்கள் முன்னெடுப்பதனூடாக அமைதியை நிலைநாட்டி பாரிய அழிவுகளிலிருந்தும் இன்னொரு இன அழிப்பிலிருந்தும் நாட்டையும் மக்களையும் காப்பாற்ற முயற்சிக்க வேண்டும்.

ஜூலை, 2013

குவார்னிகா இலக்கியச் சிறப்பிதழ்

வன்னிப் பெருநிலம்:
பதற்றமும் நம்பிக்கையின்மையும்

மூன்று வருடங்களுக்கு முன்னர் இலங்கை வாழ் மக்களில் 90 சதவீதமானவர்கள் அறியாத முள்ளிவாய்க்கால் இன்று உலகப் பிரசித்தம் பெற்றதாகிவிட்டது. உலகத்தின் கவனத்தை ஈர்த்ததும் தமிழ் மக்களின் அரசியல், சமூக வாழ்விலிருந்து பிரித்து நோக்கவும் முடியாத இடத்தை முள்ளிவாய்க்கால் பெற்றுள்ளது.

இலங்கைச் சிறுபான்மைத் தமிழ் மக்களின் அரசியல் தீர்வு குறித்த பிரக்ஞைகளைப் பல்வேறு காலகட்டங்களாகப் (1983-2009) பிரித்து நோக்க முடிந்தபோதும், முக்கியமாகப் போருக்கு முன்னர் - போருக்குப் பின்னர் அல்லது ஜெனீவாப் பிரகடனத்திற்கு முன்னர் - ஜெனீவாப் பிரகடனத்திற்குப் பின்னர் என இருவேறு கண்ணோட்டங்களில் பார்க்க வேண்டிய தேவைப்பாடு எழுந்துள்ளது.

மே 2009இல் முள்ளிவாய்க்காலில் இடம்பெற்ற இறுதிப்போரின் போதான கொலைக்குற்றங்கள், மனித உரிமை மீறல்கள் உலகத்தின் கவனத்தைப் பெற்றுள்ளன. ஜெனீவா, மனித உரிமைப் பேரவையானது தமிழீழப் போராட்டத்தின் தோற்றுவாயாக அமைந்த இனமுரண்பாடுகளுக்கான, சிறுபான்மைத் தமிழ் மக்களின் அரசியல் அந்தஸ்துக்கான தீர்வைப் பெற்றுத் தருமென்ற எதிர்பார்ப்பு தமிழ் மக்கள் மத்தியில் எழுந்துள்ளது அல்லது வலிந்து ஏற்படுத்தப்பட்டுள்ளது.

இந்தச் சூழ்நிலைகளில் வன்னிப் பெருநிலப்பகுதிக்குச் சென்றுவரும் எவருக்குமே எழக்கூடுமானதொரு கேள்வி போரால் பாதிக்கப்பட்டுள்ள மக்களுக்குத் தேவை நீதியா நிவாரணமா என்பதே. போரால் நேரடியாகப் பாதிக்கப்பட்டுப்

பல்வேறுபட்ட இழப்புகளுக்கும் மன நெருக்கடிகளுக்கும் ஆளானவர்கள் வடக்கு மக்கள். பாதிக்கப்பட்டவர்கள், உடனடியாக கிடைக்க வேண்டிய நிவாரணங்கள், அடிப்படை உதவிகள்கூட இன்னும் முழுமையாகக் கிடைக்கப் பெறாமல் புறக்கணிக்கப்பட்டுள்ளனர்.

இலங்கையிலேயே குற்றச் செயல்கள் அதிகரித்த நிலப்பரப்பாக வடக்கு மாறிவருவதை அண்மைக் காலச் செய்திகளிலிருந்து அறிகிறோம். போரால் ஏற்பட்ட மன வடுக்களிலிருந்து விடுபடாத நிலையாலும் விரக்தி, வெறுப்பு, வறுமை ஆகிய காரணங்களாலும் இப்பகுதிகளில் குற்றச் செயல்கள் அதிகரிக்கின்றன.

வவுனியா வைத்தியசாலையில் தினமும் சிகிச்சைக்கு வருகிறவர்களில் 27 சதவீதமானவர்கள் போரால் வலுக்குறைவுக்கு ஆளானவர்கள். 14 சதவீதமானவர்கள் உளவியல்ரீதியாகப் பாதிக்கப்பட்டவர்களும் மனப்பிறழ்வு நிலைக்குத் தள்ளப்பட்டவர்களும்.

குறிப்பாக இப்பகுதிகளில் வாழும் போராளிகளின் நிலைமை கவலையளிப்பதாக உள்ளது. மே 2009இல் சரணடைந்த பல்லாயிரக்கணக்கான போராளிகளில் இதுவரை 10,874 பேர் விடுவிக்கப்பட்டுள்ளதாக அரசாங்கத் தகவல்கள் தெரிவிக்கின்றன. சரணடைந்த போராளிகளின் எண்ணிக்கை குறித்த தகவல்களில் மாறுபட்டதும் முரண்பாடானதும் சந்தேகமானதுமான நிலையே காணப்படுகிறது. களநிலவரங்களின் அடிப்படையில் சரணடைந்த போராளிகளின் எண்ணிக்கையைவிடவும் சுற்றிவளைப்பின்போது பலவந்தமாகக் கைதுசெய்யப்பட்டவர்களின் எண்ணிக்கை அதிகமாக இருக்கலாம் என்ற சந்தேகம் எழுகிறது. புலிகள் இயக்கத்தின் கட்டுப்பாட்டுப் பிரதேசத்தில் வாழ்ந்தவர்கள் என்ற அடிப்படையில் மாற்றுத் தெரிவுக்கு இடமற்ற நிலையில், புலிகளின் அரச உட் கட்டமைப்பில் மாதாந்த, நாளாந்த வருமானத்திற்காகப் பணியாற்றிய சிவிலியன்களும் புலிகளால் பலவந்தமாகப் போராட நிர்ப்பந்திக்கப்பட்ட - பயிற்சியே பெறாத - அப்பாவிகள் பலரும் சுற்றிவளைப்புத் தேடுதல் நடவடிக்கைகளின்போது கைதாகியுள்ளனர். இவ்வாறு கைதாகித் தடுப்புக் காவலில் இருந்து விடுதலைபெற்றவர்கள் வடக்கை

மட்டும் சேர்ந்தவர்களல்ல. சரணடைந்த போராளிகளில் 65 சதவீதமானவர்கள் கிழக்கைச் சேர்ந்தவர்கள் என நம்பப்படுகிறது. புனர்வாழ்வளிப்பு என்னும் பெயரில் தடுப்பு முகாமிலிருந்து விடுதலை செய்யப்படும் போராளிகள் சமூக அங்கீகாரம் இழந்தவர்களாகவும் வாழ்வை நடத்துவதற்கான அடிப்படைக் காரணிகளை இழந்தவர்களாகவும் விரக்தியின் விளிம்பில் வாழ்கின்றனர். இவர்களில் பெரும்பாலானவர்கள் வலுக்குறைந்தவர்களாக இருப்பதும் மற்றுமொரு கோணத்தில் வாழ்வின் சவால்களை அதிகப்படுத்தியுள்ளது.

மிக இறுக்கமான விதிகளையும் கட்டுக்கோப்பான நடைமுறைகளையும் கொண்ட புலிகள் உறுப்பினர்களுக்கே உரிய தனித்துவங்களிலிருந்து விடுபட்டுச் சமூக வாழ்வுக்குள் இணைவது அத்தனை எளிதான காரியமல்ல.

யாரை எதிர்கொள்வதாக இருந்தாலும் பதற்றமான நிலை. நம்பிக்கையற்ற சூழ்நிலை. சமூகத்தில் போராளிகளும் போராளிகள் சமூகத்திலுமாக நம்பிக்கையற்ற சந்தேகத்துடனான நோக்குதல்களால் பாரிய சிக்கல்கள் உருவெடுத்துள்ளன.

'எனக்கென்டா ஒரே வெறுப்பாக் கிடக்குது. எங்கடை சமூகத்தின் விடுதலைக்காகத்தான் போராடினம். இப்ப எங்கடை சமூகமே எங்களை ஏற்கிதில்லை. போராளி என்டாலே முகத்தைத் திருப்புற நிலைதான் இருக்கிது.'

இது பாவாவின் குரல். கொக்கட்டிச் சோலையில் வசிக்கும் 29 வயதான பாவா, 14 வயதுச் சிறுமியாக இருக்கும்போதே புலிகள் இயக்கத்தில் இணைந்துள்ளார்.

'விரும்பித்தான் போராட்டத்தில் என்னைச் சேர்த்துக்கிட்டேன். இப்ப தான் அது எத்தனை முட்டாள்தனம் என்டு தெரியுது. எதிர்காலம் என்ற ஒரு விடயத்தைப் பற்றிச் சிந்திக்கவே முடியல்ல. பள்ளிக்கூடம் போற வயசில போராட்டத்தில் இணைந்து இப்ப படிப்பும் இல்லை, தொழிலும் இல்லை, நிம்மதியான வாழ்க்கையும் இல்லை' என மனம் சலிக்கிறார் பாவா.

பாவா மட்டுமல்ல பெண் போராளிகளில் பெரும்பகுதியினர் இந்த நிலைப்பாட்டைத்தான் கொண்டுள்ளனர்.

மட்டக்களப்பு, கிரானைச் சேர்ந்த சுதா, 27 வயதுப் பெண். ஒரு கையைப் போரில் இழந்தவர். புலிகள் இயக்க உறுப்பினராகச் சரணடைந்து விடுதலை பெற்றுள்ளார்.

'பள்ளிக்கூடத்திலிருந்து வந்த என்னைக் கதறக் கதற இழுத்துக்கொண்டு போச்சினம். கொஞ்சமும் விருப்பமில்லாமல் கொண்டையை வெட்டி எங்கடை கோலத்தையே மாத்திச்சினம். இப்ப எங்கடை வாழ்க்கையே தலைகீழாய்ப் புரட்டிப்போட்டினம். நான் ஓஎல் பரீட்சையில சித்தியடைஞ்ச பிள்ளை. படிச்சிருந்தா எப்படியாச்சும் வாழ்ந்திருக்கலாம்'.

புலிகள் இயக்க உறுப்பினர்களின் சமூக நிலைப்பாட்டில், அணுகு முறைகளில் பாரிய மாற்றம் ஏற்பட்டுள்ளதை அவதானிக்க முடிகிறது. சமூக வாழ்வின் நீரோட்டத்தில் ஓர் அங்கமாக இணைந்து கொள்வதிலுள்ள சவால்களை அவர்கள் பல்வேறு கோணங்களில் வெளிப்படுத்துகின்றனர். பெண் உறுப்பினர்கள் விரக்தி காரணமாக மனநிலை பாதிக்கப்படுகின்றனர். தற்கொலைக்கு உந்தப்படுகின்றனர். வறுமை, வாழ்தலுக்கு வழியற்ற நிலையால் விபச்சாரத்திற்கும் தள்ளப்படுகின்றனர். ஆண் உறுப்பினர்கள் போதைப்பொருள் பாவனை, களவு, கொள்ளை நடவடிக்கைகளில் ஈடுபட முற்படுகின்றனர்.

இந்நிலைகூட ஆழமான ஜனநாயக அடிப்படை வாழ்தலுடனான உரிமைகளுடன் தொடர்புபட்ட விடயங்களாகவே கணிக்கப்பட வேண்டும்.

மூன்று தசாப்த போரியல் வரலாற்றில் இலங்கை மக்கள் பல்வேறு கொலைக்களங்களைச் சந்தித்தவர்கள். மனித உரிமை மீறல்களை இதயசுத்தியோடு ஆராய்வதெனில் பாதகமான குற்றச் செயல்களைப் புரிந்ததிலும் மனித இனத்திற்கு எதிரான அனைத்துத் தாத்பரியங்களையும் மீறிக் குற்றம் புரிந்ததிலும் புலிகளின் பங்களிப்பு அளப்பரியது என்ற நிலைப்பாட்டை மறுக்கவே முடியாது.

சிறுவர்களைப் போரிட நிர்ப்பந்தித்துப் புலிகள் இயக்கம் மீறிய மனித உரிமை மீறலானது இன்றும் சமூகத்திலிருந்து அழிக்க முடியாத வடுவாக மாறியுள்ளது. சிறுவர்களின் கல்வி உரிமையை மறுத்தது, பாதுகாப்பற்றச் சூழலில்

உத்தரவாதமற்ற நிலையில் போராடக் கட்டாயப்படுத்தியது போன்ற பல குற்றங்களைப் புலிகள் இயக்கம் மேற்கொண்டது உலகறிந்த உண்மை. இந்தக் குற்றங்களை உலகம் இன்று மறந்திருந்தபோதும், அவற்றின் எதிரொலிகளை இன்றும் சமூகத்தில் காண முடிகிறது.

வடக்கில், மன்னார் பகுதியைச் சேர்ந்த சுகிதா 18 வயதுச் சிறுமி. "2008 போர் உக்கிரமாக நடந்த காலத்தில் வீட்டிலிருந்த என்னைப் பலவந்தமாக இழுத்துப் போயினர். 2 நாள்தான் பயிற்சி தந்திச்சினம். எனக்கென்டால் துப்பாக்கியத் தூக்குவதற்கே பயமாக இருந்தது. அதைவிடத் தூக்க முடியாத அளவு பாரமாகவும் இருந்தது. வீட்டிலிருந்து வந்ததிலிருந்து அழுதுகொண்டே இருந்தேன். அதைக்கூடப் பொருட்படுத்தாமல் என்னைச் சமருக்கு அனுப்பிச்சினம். போனதுதான் காயத்தோடும் ஒற்றைக் காலோடும் தான் தப்பினேன்.

இன்று ஒற்றைக் காலை இழந்து, செயற்கைக் காலில் நடக்கிறாள் 18 வயது சுகிதா.

இப்படி ஒரு சுகிதா அல்ல. நூற்றுக்கணக்கான சுகிதாக்கள் வாழ்கின்றனர். வடக்கு - கிழக்குப் பகுதிகளில் போரால் வலுக்குறைவுக்கு உள்ளானவர்களின் எண்ணிக்கை அண்ணளவாக 5,000 ஆக இருக்கலாம். இந்த எண்ணிக்கை அதிகரிக்க இடமுண்டே தவிர, குறைவடையாது. தமிழ் ஈழத்திற்காகப் போராடி எதிர்காலத்தை இழந்து நிற்கும் இவர்களுக்குச் சுபிட்சமான எதிர்காலத்தை ஏற்படுத்திக் கொடுப்பது மிகப் பிரதான கடமை என்பதை மறந்த நிலையிலேயே தமிழ் அரசியல் தலைவர்கள் செயற்படுகின்றனர்.

முள்ளிவாய்க்காலில் இடம்பெற்ற மனிதப் படுகொலைகளின் பின்னணிகள் மறைக்கப்பட்டுத் தமிழ் இனத்திற்கு எதிராக மேற்கொள்ளப்பட்டன என்ற அனுதாப அடிப்படையிலும் அரசியல்சார் இலக்குகளை மையமாகக் கொண்டதுமான வியூகத்துடனுமே நகர்த்தப்படுகின்றன. அபிலாஷைகளினதும் இருப்பின் பேரிலுமாகத் தமிழ் மக்களை உணர்வுபூர்வமாகக் கவரும் மூலாம் பூசப்பட்ட அப்பட்டமான அரசியல் கண்ணோட்டங்களுக்கு அப்பால், அறிவுபூர்வமாக மக்களின் சமகாலத் தேவைகள் பற்றியும் கவனம் செலுத்த வேண்டியிருப்பதையும் ஏற்றுக்கொள்ள வேண்டும்.

தாயகக் கனவை அடைவதை இலக்காகக்கொண்டு போரிட்டு, பின்தள்ளப்பட்டு இன்றும் எம் மத்தியில் வாழ்ந்துகொண்டிருக்கின்ற பல்லாயிரம் உறுப்பினர்களின் எதிர்காலத் தேவைகள், ஜீவனோபாய அம்சங்களில் அக்கறை செலுத்தத் தவறும்பட்சத்தில் வடக்கில் அதிகரித்துவரும் பாரிய குற்றச் செயல்கள், கிழக்கிலும் நாடு பூராவும் பரவக்கூடிய அபாயமுள்ளதுடன், மற்றுமொரு கோணத்தில் புதியதொரு வன்முறைக் கலாசாரம் உருவாகவும் வழி சமைக்கும்.

எத்தகைய சூழலாக இருந்தாலும் போருக்குப் பின்னரான மீள்கட்டமைப்பு மிக இன்றியமையாத இடத்தைப் பெறுகிறது. மக்களின் இயல்பு வாழ்வும் ஜீவனோபாயத் தேவைகளும் உடனடியாக மேற்கொள்ளப்பட வேண்டியவை. யுத்தம் முடிவுற்று மூன்று ஆண்டுகள் பூர்த்தியடைந்துவிட்டபோதிலும், வீதிப் புனரமைப்பு, பிரதான வீதிகளில் வர்த்தக, வங்கிக் கட்டுமானங்கள் தவிர்த்த வேறெந்த சாதாரண மக்களின் நாளாந்த வாழ்வை மேம்படுத்தும் பணிகளையும் காண முடியவில்லை அல்லது மிகக்குறைவாகவே காண முடிகிறது. வடக்கில் கிராமங்களில் வாழும் மக்கள் தற்காலிக வீடுகளில், மின்சாரம், குடிநீர் வசதிகளற்று வாழ நிர்ப்பந்திக்கப்பட்டுள்ளனர்.

தமிழ் மக்களின் அரசியல் அபிலாஷைகளைப் பெரும்பான்மைச் சிங்கள அரசிடம் வெல்வதென்பது துரித கதியில் நிகழக்கூடிய ஒன்றல்ல. அதேநேரம் ஒரு காலத்திலும் அடைய முடியாத இலக்குமல்ல. ஆயினும் மக்களின் சமகாலத் தேவைகள் குறித்த விடயங்களிலும் சமமான அக்கறை வெளிப்படுத்தப்பட வேண்டும். இன்று போரால் பாதிக்கப்பட்ட பிரதேசங்களில் வாழும் மக்கள் மத்தியிலும் புலிகள் இயக்க உறுப்பினர்களாக இருந்தவர்கள் அல்லது புலிகளின் ராணுவக் கட்டமைப்புக்குள் வலிந்து திணிக்கப்பட்ட அப்பாவிகள் மத்தியிலும் ஏற்பட்டுள்ள விரக்தி நிலையானது நீண்டகால நிவர்த்திக்க முடியாத தாக்கங்களை ஏற்படுத்த இடமளிக்காது சமூக நிலையைக் காப்பாற்றுவதிலும் கவனம் செலுத்தப்பட வேண்டும்.

2012, ஜூலை
காலச்சுவடு இதழ்

பேரினவாதக் காய்ச்சல்

சிங்கள பௌத்த பேரினவாதத்தின் நிகழ்ச்சி நிரல் ஒரே குறிக்கோளுடன் முழு வீச்சுடன் முன்னகர்த்தப்படுகின்ற காலகட்டம் இது. 1956ஆம் ஆண்டு அடையாளங் காணப்பட்ட பௌத்த பேரினவாதக் காய்ச்சல் முள்ளிவாய்க்காலில் போர் முடிவுற்றதன் பின்னர் முற்றிய உயிர்கொல்லிக் காய்ச்சலாக வீரியத்துடன் மறுபிரவேசித்து நாடு முழுவதும் பரவிக்கொண்டிருக்கின்றது.

தம்புள்ளை பள்ளிவாயல் தகர்ப்பு நடவடிக்கையின் பின் மூதூர் மூணாங்கட்டை மலையடிவாரத்தை நோக்கி பேரினவாதக் காய்ச்சல் படையெடுத்துள்ளது. 2012 ஜூன் 08 வெள்ளிக்கிழமையன்று சேருவிலை விகாராதிபதி ஒருவரின் தலைமையில் திடீரென பல வாகனங்களில் வந்திறங்கிய 20க்கும் அதிகமான பணியாட்கள் குழு மூணாங்கட்டை மலைப்பகுதியின் உச்சிக்குச் செல்ல படிகட்டுத் தொகுதியொன்றை அமைக்கும் உபகரணங்களும் இரும்பு மரக்கிராதிகளுமாக ஆக்கிரமிப்புச் செய்தது. அத்துடன் குன்றின் அடிவாரத்தில் சிறியதொரு வணக்கஸ்தள வடிவிலமைந்த கொட்டில் ஒன்றையும் நிறுவ முயற்சித்தது.

மூதூர் நகரிலிருந்து தென்புறமாக ஏறத்தாழ நான்கு கிலோமீற்றர் தொலைவில் திருகோணமலை மட்டக்களப்பு ஏ- 14 வீதியை அண்மித்துள்ள கிராமமான ஜபல் நகரில் முஸ்லிம், தமிழ் மக்கள் வாழ்கின்றனர். முன்னைய காலத்தில் இந்நகர் 64ஆம் மைல் கல்லிலே அமைந்திருந்த காரணத்தினால் அறுபத்தி நாலாங்கட்டை என்றும் இப்பகுதி அழைக்கப்படுகின்றது. சுமார் 200 அடி உயரமுள்ள தொடர் குன்றுகளே மூணாங்கட்டை மலை என்ற முக்கியமான நில அடையாளமாகக் காணப்படுகின்றது.

இக்குன்றுகளைச் சூழ மக்கள் குடியிருப்புகளும் மூதூர் வாழ் முஸ்லிம், தமிழ் மக்களின் நெல் வயல்களும் காணப்படுகின்றன. மூதூர் பிரதேச சபையின் நிர்வாக ஆளுகைக்குட்பட்ட பொதுவான இயற்கை அடையாளமான மூணாங்கட்டை மலைக்குன்றிலிருந்தே கட்டிட நிர்மாணம், வீதி அபிவிருத்திப் பணிகள் போன்ற தேவைகளுக்கான பாறாங்கற்களை மூதூர் மக்கள் உடைத்துப் பயன்படுத்துகின்றனர். பாறாங்கல்லுடைத்தல் இப்பிரதேசத்தில் மீளக்குடியமர்ந்து வாழும் குடும்பங்களின் அன்றாட ஜீவனோபாயத் தொழில்.

இத்தகைய சமூக சூழ்நிலைகள் சூழ்ந்த மூணாங்கட்டை மலையை திடீரென பௌத்த பிக்குகள் ஆக்கிரமித்து விகாரை அமைக்கின்ற செய்தி அப்பிரதேச வாசிகளை குழப்பத்தில் ஆழ்த்த அவசர அவசரமாக ஊர்ப்பிரமுகர்கள் ஒன்றுகூடி சர்வமதக்குழுவின் தவிசாளரின் தலைமையில் மலையடிவாரத்தில் ஆலய நிர்மாணத்தில் ஈடுபட்டிருந்த பௌத்த விகாராதிபதியைச் சந்தித்துப்பேசினர். விகாராதிபதிக்கும் அவரது குழுவினருக்கும் இந்நடவடிக்கைகளின் தீய விளைவுகளை எடுத்துக்கூறி இணக்கத்துக்கு வரும் பேச்சுவார்த்தைக்கான நாளொன்றை சர்வமதக்குழு பிரஸ்தாபித்ததற்கமைய 2012 ஜூன் 12 செவ்வாயன்று, விகாராதிபதியை தலைமையாகக் கொண்ட பௌத்த பிக்குகள் குழுவுக்கும் தவிசாளரை தலைமையாகக் கொண்ட சர்வமதக்குழுவுக்கும் பொதுமக்களுக்குமிடையிலான பேச்சுவார்த்தை இடம்பெற்றது. இதன்போது கோபாவேசமாக குரலெழுப்பிய விகாராதிபதி "நாங்கள் 2500 வருடங்களுக்கு முன்பிருந்தே இந்நாட்டில் வாழ்பவர்கள். நீங்களோ 500 வருடங்களாகத்தான் இங்கே குடியேறியிருப்பவர்கள். உரிய மேலிடத்தின் முறையான அனுமதியைப் பெற்றே இதனைச் செய்கின்றோம். எங்களைத் தடுக்க உங்களுக்கு உரிமையில்லை. நாங்கள் நினைத்தால் உங்களை இந்த நாட்டைவிட்டே துரத்துவோம்" என்றார்.

மூதூரில் வாழும் ஏறத்தாழ 90 சிங்களக் குடும்பங்களைச் சேர்ந்த 300 அங்கத்தவர்களும் தம் ஆன்மிக பேணுதல்களை நிறைவேற்றுவதற்கான பௌத்த விகாரையொன்று ஏலவே இருந்து வருகின்ற நிலையில் ஒரு சிங்களவர்தானும் குடியிருக்காத ஜபல் நகரில் விகாரை அமைப்பதற்கான தார்மீக

நியாயம் எதுவுமே கிடையாது என்பதால் மூதூரிலுள்ள சிங்கள மக்களே ஆச்சரியப்படுமளவுக்கு விகாராதிபதியின் இந்த நடவடிக்கை அமைந்தது. இத்தனைக்கும் இந்த மலையடிவார பௌத்த ஆலயத்தின் நிர்மாணிப்பு வேலைகள் பற்றி மூதூரில் வாழும் சிங்கள மக்களிடமோ மூதூர் பட்டின விகாராதிபதிக்கோ தெரிவிக்கப்பட்டிருக்கவில்லை.

இந்த மலையடிவார ஆக்கிரமிப்பு நடவடிக்கைகள் வேறு உள்நோக்கங்களைக் கொண்டதென்ற சந்தேகங்களுக்கு இடமளிக்கின்றன. மூணாங்கட்டை மலையில் ஆலயம் அமைப்பதுபோன்ற நடவடிக்கையில் சேருவிலை விகாராதிபதி தலைமையிலான குழு ஈடுபட்டபோதும், அங்கு புதையுண்டிருப்பதாக நம்பப்படும் பொற்குவியலை எடுப்பதற்கான நடவடிக்கையாகவும் இருக்கலாம் என்பதே அது. 1970 களிலே பௌத்த பிக்கு ஒருவர் புதையலை எடுக்கும் நோக்குடன் உயிர்ப்பலி கொடுக்க இதே மூணாங்கட்டை மலையின் உச்சிக்கு குழந்தையொன்றைக் கடத்திச் சென்றதையும், பலிபூஜையின் இறுதி நேரத்தில் அப்போதைய மூதூர் பொலிஸார் அதிரடியாகப் புகுந்து அந்தக் குழந்தையைக் காப்பாற்றி பௌத்தபிக்குவை கைது செய்ததையும் கிராமவாசிகள் நினைவுபடுத்துகின்றனர்.

மூதூர் மூணாங்கட்டை மலையில் விகாரை அமைக்க எடுக்கப்படும் முயற்சியின் மறுபக்கமாக இதனைப் பார்த்தபோதும், சிறுபான்மை தமிழ், முஸ்லிம் மக்கள் வாழ்கின்ற பகுதிகளில் விகாரை அமைப்பதும், அத்துமீறிய குடியேற்றங்களைச் செய்வதும், சிறுபான்மையின மக்களின் இருப்பையே கேள்விக்குட்படுத்துவதும், அச்சுறுத்துவதும் இலங்கையில் பிந்தியகால வரலாற்று நிகழ்வுகள்.

2012 ஏப்ரல் 20, அன்று தம்புள்ளை நகரில் அமைந்துள்ள அல் ஹைரியா ஜும்ஆ மஸ்ஜித் பேரினவாத பௌத்த பிக்குகளால் முற்றுகையிடப்பட்டு தாக்கப்பட்டது. அரச அங்கீகாரம் பெற்ற முஸ்லிம் கலாசார திணைக்களத்தில் பதிவு செய்யப்பட்டுள்ள அல் ஹைரியா ஜும்ஆ மஸ்ஜித்தை, மத நல்லிணக்கத்தைப் பேணவேண்டிய பௌத்த பிக்குகளே முன்னின்று, சிங்கள மக்களை அணி திரட்டி வந்து தாக்குதல் நடத்தினர்.

கடந்த காலங்களிலும் அனுராதபுரம், பொலன்னறுவை, யாப்பாஹூவ, குருநாகல், கண்டி, கம்பளை, பொத்துவில், தெஹிவளை, காலி உட்பட பல இடங்களிலும் முஸ்லிம்களின் இருப்பை அச்சுறுத்தும் பல்வேறுவிதமான நடவடிக்கைகளில் பௌத்த பேரினவாதிகள் ஈடுபட்டுள்ளனர். தொடர்ந்தும் ஈடுபட்டுக் கொண்டிருக்கின்றனர். இவ்வாறு சிறுபான்மை மக்களை குறிப்பாக முஸ்லிம்களை இலக்கு வைத்த இனவாத நடவடிக்கைகளை முஸ்லிம்கள் சகிப்புத்தன்மையோடும், மிக நிதானத்தோடும் கையாள்கின்றனர்.

வரலாற்றுப் பாரம்பரியத்துடன், நாட்டின் இறைமையைக் காப்பதிலும் தாய் நாட்டிற்கு நம்பிக்கையானவர்களாகவும், சக இனத்தவர்களோடு சகோதர வாஞ்சையோடும் வாழ்ந்து பழகியவர்கள் என்ற அடிப்படையிலும், சிங்கள மன்னர்களின் ஆட்சிக்காலம் முதல் இன்று வரை நாட்டின் நலனிற்காக உழைப்பவர்கள் என்ற அடிப்படையிலும் முஸ்லிம்கள் இலங்கையில் மிக முக்கிய இடத்தைப் பெறுகின்றனர். அண்மையில் ஜெனீவாவில் இலங்கைக்கு எதிராக பிரேரணை கொண்டு வரப்பட்டபோதும், இலங்கையில் வாழும் அனைத்து முஸ்லிம்களும் அணிதிரண்டு தாய்நாட்டின் மீதான தேசப்பற்றை வெளிப்படுத்தினர். அனைத்து முஸ்லிம் நாடுகளும் அமெரிக்காவை எதிர்த்து, இலங்கைக்கு ஆதரவளிக்க முஸ்லிம்களே வழிவகுத்தனர். எத்தகைய இன்னல்களை எதிர்கொள்ள நேர்ந்தபோதும் சட்ட ரீதியான தீர்வுகளை அணுகுபவர்களாக, சட்டத்தையும் ஒழுங்கையும் பேணுபவர்களாகவே இலங்கை முஸ்லிம்கள் கவனிக்கப்படுகின்றனர்.

நாட்டுக்கு விசுவாசமாகவும், மத சுதந்திரத்தை உத்தரவாதப்படுத்தும் அரசியல் சாசனத்தை ஏற்றும், போற்றியும் வாழும் ஒரு சமூகத்தின் மீது கடும்போக்கு சிங்களப் பேரினவாதிகளின் தாக்குதல்கள் தொடர்ந்தேர்ச்சியாக கட்டவிழ்த்து விடப்படுகின்ற நிலையிலும் மேலும் அமைதி காப்பதென்பது எந்தளவுக்கு இருப்பை உத்தரவாதப்படுத்துவதற்கும், எதிர்கால முஸ்லிம்கள் சுதந்திரமாக வாழ்வதற்கும் வழியேற்படுத்திக் கொடுக்கும் என்பது கேள்விக்குரியது.

வடக்கில், குறிப்பாக சிறுபான்மை தமிழ் மக்கள் நில ஆக்கிரமிப்புக்கு எதிரான ஜனநாயகப் போராட்டங்களில் பரவலாக ஈடுபட்டுள்ளனர். யுத்த காலத்தின்போது இராணுவத்தினரால் பாதுகாப்பு வலயங்களாக பிரகனப்படுத்தப்பட்ட பகுதிகளை மீட்கவும், தமிழர் பிரதேசங்களில் இராணுவ மற்றும் சிங்களக் குடியேற்றங்களை தவிர்க்கவுமே தமிழ் மக்கள் பரவலான இந்தப் போராட்டத்தில் ஈடுபட்டுள்ளனர்.

யாழ் மாவட்டம் வலிகாமம் மேற்கில் மாதகலிலுள்ள புத்த விகாரைக்கு அண்மையில் சிங்களக் குடியேற்றம் இடம்பெறக்கூடிய சாத்தியப்பாடுகள் தோன்றியுள்ளன. மாதகல் திருவடிநிலை பகுதியில் சுமார் 2 கிலோமீற்றர் வரையான நீளமுள்ள கரையோரப் பகுதியை ஆக்கிரமித்து கடற்படை முகாம் அமைக்கப்பட்டு வருகின்றது. ஏலவே 1995ஆம் ஆண்டு முதல் யாழ் மாவட்டத்தின் பல பிரதேசங்களை இராணுவம் உயர் பாதுகாப்பு வலயங்களாகப் பிரகடனப்படுத்தியுள்ளது. யாழ் மாவட்டத்தின் வடமராட்சி வடக்கு கிழக்கு, வலிகாமம் வடக்கு, மருதங்கேணி, யாழ் நகரின் சில பிரதேசங்களிலும் இதே நிலையிலேயே மக்களின் குடியிருப்புக் காணிகள் இராணுவத்தால் பலவந்தமாக ஆக்கிரமிப்புச் செய்யப்பட்டுள்ளன. இவ்வாறு சுமார் 4,096 ஏக்கர் குடியிருப்பு காணிகளும், வயல் காணிகளும் உயர் பாதுகாப்பு வலயத்தினுள் முடக்கப்பட்டுள்ளன. வடக்கில் யாழ்ப்பாணம், மன்னார், கிளிநொச்சி, முல்லைத்தீவு, வவுனியா மாவட்டங்களிலும் கிழக்கில் குறிப்பாக திருகோணமலை சம்பூர் பிரதேசத்திலும் பாதுகாப்பு உயர் வலயம் காரணமாக மக்கள் வாழிடங்களை இழந்துள்ளனர். இதுதவிர வடக்கு கிழக்கில் மேலும் பல மக்களின் குடியிருப்புக் காணிகளிலும், வயல் நிலங்களிலும் இராணுவம் நிலைகொண்டுள்ளது.

ஏற்கனவே அறியப்பட்ட இப்பிரச்சினைகள் இருக்க, காலி மாவட்டத்தில் பெந்தர எல்லுப்பிட்டி என்னும் இடத்தில் வர்த்தகத்தில் ஈடுபட்டுக் கொண்டிருக்கும் முஸ்லிம்கள் அங்கிருந்து வெளியேற வேண்டுமென்று சுவரொட்டிகள் மூலமாக எச்சரித்து புதிய பிரச்சினைகளுக்கு தூபமிடப்பட்டுள்ளது. அங்குள்ள முஸ்லிம் கடைகளுக்கு மனித மலம் வீசப்பட்டுள்ளதுடன், நாய்களை வெட்டியும்

மிகமோசமான செயற்பாடுகளைப் புரிந்து சிங்கள, முஸ்லிம் மக்களிடையே சந்தேகங்களை வளர்ப்பதற்கு தளமிடப்பட்டுள்ளது. சிங்கள, முஸ்லிம் மக்கள் மிக அந்நியமாகவும், நெருக்கமாகவும் வர்த்தகம் புரிகின்ற இணங்கி வாழ்கின்ற நகரங்களில் காலி மிகப்பிரதானமானது. காலியில் சிங்களவர்களுடன் ஐக்கியமாக வாழ்கின்ற முஸ்லிம்களின் இருப்பை அச்சுறுத்துவதற்கான ஆரம்பமாகவே இந்நடவடிக்கைகள் நோக்கப்படவேண்டியுள்ளது.

இவ்வாறு இரு வேறு கோணங்களில், இராணுவ ஆக்கிரமிப்பினூடாகவும், மதவாத தீவிரப்போக்கினூடாகவும் சிறுபான்மை மக்களுக்கு எதிராக மேற்கொள்ளப்படுகின்ற அடக்குமுறைகளுக்கெதிரான ஜனநாயகப் போராட்டங்களை தமிழ், முஸ்லிம் மக்கள் ஒன்றிணைந்த போராட்டமாகவும், நல்லாட்சியை விரும்புகின்ற முற்போக்கு சிங்கள சகோதரர்களையும் இணைத்த போராட்டமாகவும் வடிவம் பெறச்செய்வதனூடாகவே அரசாங்கத்தினை திரும்பி நோக்கச் செய்யமுடியும். நில ஆக்கிரமிப்புக்கு எதிராக யாழ் மாவட்டத்தில் இடம்பெறவிருந்த எதிர்ப்புப் போராட்டத்திற்கு நீதிமன்ற அனுமதி மறுக்கப்பட்டதானது, அரசாங்கம் மக்கள் மயப்படுத்தப்பட்ட எதிர்ப்பலைகளுக்கு அஞ்சுவதைக் குறிப்பதே.

இச்சந்தர்ப்பத்தில் தமிழ் மக்களுடன் முஸ்லிம் மக்களும் இணைந்து குரலெழுப்புவதே மிகப் பொருத்தமானது. போர்க்காலத்தில் தமிழ் ஈழ விடுதலைப் புலிகளினால் முஸ்லிம்கள் மிகப்பாரிய பின்னடைவுக்கு ஆளாக நேர்ந்தது வரலாற்று உண்மை. வடக்கின் மன்னார் மாவட்டத்தில் சுமார் 70,000ற்கும் அதிகமான முஸ்லிம்கள் அகதிகளாக வெளியேற விடுதலைப் புலிகளால் நிர்ப்பந்திக்கப்பட்டனர். அவ்வாறே கிழக்கிலும் முஸ்லிம்களின் வயல்காணிகளை கபளீகரம் செய்து பொருளாதார ரீதியான பின்னடைவுக்கும் பல்வேறுவிதமான நெருக்குதல்களுக்கும் முஸ்லிம்களை விடுதலைப் புலிகள் தள்ளினர். போர்க்காலத்தில் தமிழீழ விடுதலைப் புலிகளால் முஸ்லிம்களை இலக்குவைத்ததுபோன்றே, யுத்தத்தின் பின்னர் பேரினவாதிகள் தமது தீவிரப் போக்குகளால் முஸ்லிம்களை குறிவைத்துள்ளனர். பூதாகரமாக உருவெடுக்கும் இப்பாரிய பிரச்சினைகளைத் தீர்ப்பதற்கு முஸ்லிம் மக்களினதும், முஸ்லிம்

அரசியல் பிரதிநிதிகளினதும் பங்களிப்பு அவசியப்படுகின்ற காலமிது. வீதிப் புனரமைப்பு, கட்டட நிர்மாணமும் ஒரு சமூகத்தின் அபிவிருத்தியைக் காட்டக்கூடியதோ, சமூகத்தின் பாதுகாப்பையும் இருப்பையும் உறுதி செய்யக்கூடியதோ அல்ல. முஸ்லிம்களின் காணிப்பிரச்சினைகள், முஸ்லிம்களின் மதத்தளங்களுக்கு எதிரான தாக்குதல்கள், மீள்குடியேற்றப் பிரச்சினைகள் உட்பட்ட பல பிரச்சினைகளுக்கு தீர்வுகள் அவசியப்படுகின்றன.

எதிர்கால முஸ்லிம்களின் நலன் கருதி நில ஆக்கிரமிப்புக்கு எதிரான ஜனநாயகப் போராட்டங்களில் முஸ்லிம்களும் பங்கெடுத்து தாம் இழந்தவற்றைப் பெறுவதற்கு உழைக்கவேண்டும். இழந்தவற்றை பெறமுடியாது போயினும், மேலும் கைசேதப்படுவதற்கான சூழ்நிலைகளிலிருந்து சமூகத்தைப் பாதுகாத்து எதிர்கால சந்ததிகள் சுதந்திரமாகவும், ஐக்கியமாகவும், கண்ணியமாகவும் வாழுவதற்கான சூழலை உருவாக்கும் தூரநோக்குடன் செயற்படவேண்டும். சமூக, தனித்துவ அடையாளங்கள் பறிபோகப் பார்த்திருப்பதும், அவற்றைக் காப்பாற்ற முயற்சிக்காதிருப்பதும் எதிர்கால சமூக இருப்பை மிகப்பின்னடைவான நிலைக்கே இட்டுச் செல்லும்.

ஜூலை 2012

எதுவரை இணைய இதழ்

கொள்கையற்றவர்களின் குரல்கள்

தேசிய அரசியலில் சிறுபான்மை மக்களுக்கான அரசியல் குறித்து புத்தூக்கமான கண்ணோட்டங்களும், கருத்தியல்களும் நிகழ்கின்ற காலமிது. ஒருபக்கம் ஆரோக்கியமான அரசியல் முன்னெடுப்புகளும், இன்னொரு புறம் வழமையான அரசியல் மயப்படுத்தப்பட்ட முன்னெடுப்புகளும் நகர்த்தப்பட்டுக் கொண்டிருக்கின்றன.

வடக்கு, கிழக்கில் மாகாணசபைத் தேர்தல் குறித்த பிரக்ஞைகள் சிறுபான்மை மக்களின் அரசியல் ஸ்திரத்தன்மை குறித்ததும், சமூகங்களிடையிலான ஒற்றுமை குறித்ததுமான வெவ்வேறு கோணங்களில் அலசியாராயப்பட்டு வருகின்றன. அண்மையில் கிழக்கு மாகாண சபைத் தேர்தலில் இணைந்து செயற்பட வருமாறு முஸ்லிம் காங்கிரஸை தமிழ்த் தேசியக் கூட்டமைப்பு அழைத்திருந்தது. அது குறித்த பேச்சுவார்த்தைகள் எதுவும் எதிர்பார்த்த விளைவுகளை ஏற்படுத்தினாற்போல் தெரியவில்லை.

வடக்கு, கிழக்கைப் பொறுத்தவரை தமிழ், முஸ்லிம் மக்களின் ஐக்கியமும் ஒன்றிணைந்த செயற்பாடும் மிக இன்றியமையாததாக இருந்தபோதும் தமிழ்த் தேசியக் கூட்டமைப்புடன் இணைந்து முஸ்லிம்கள் செயற்படுவதற்கான பின்னணி என்பது வெறுமனே மேலோட்டமான பார்வைகளால் தீர்மானிக்கப்படக்கூடியதல்ல. அது ஒரு ஆரோக்கியமான செயற்பாடாகப் பார்க்கப்பட்டபோதும், தமிழ்த் தேசியக் கூட்டமைப்பின் செயற்பாட்டில் நம்பகத்தன்மையும், உண்மைத்தன்மையும் ஆழமாக ஆராயப்படவேண்டியதும் உறுதி செய்யப்படவேண்டியதுமாகும்.

2012 ஜூலை 4ஆம் திகதி நாடாளுமன்ற உறுப்பினர் எஸ். சிறிதரன், எஸ். யோகேஸ்வரன் இருவரும் கனடா, டெரொன்டோவில் இடம்பெற்ற கூட்டம் ஒன்றில் உரையாற்றியுள்ளனர். வடக்கு, கிழக்குப் பகுதிகளில் இடம்பெறுகின்ற சிங்களக் குடியேற்றங்கள், நில ஆக்கிரமிப்பு நடவடிக்கைகள் குறித்த எஸ்.சிறிதரனின் பேச்சிலிருந்து கவனிக்கத்தக்க, ஆராயத்தக்க சில கருத்துக்கள் வெளிப்பட்டுள்ளன.

அவர் தனது உரையில், "யூதர்களை அதிகம் பிடிக்கும்" என்று தெரிவிக்கிறார். இதிலிருந்து அவரது உண்மை முகம் வெளிப்படுத்தப்பட்டபோதும், அவர் தொடர்ந்து தெரிவிக்கின்ற கருத்துக்கள் அவர் சார்ந்த அரசியல் செயற்பாடுகளிலும் பாரிய சந்தேகங்களையும், கேள்விகளையும் உருவாக்குகின்றன. "சதாம் ஹூசைன் கொலை செய்யப்பட்டபோது பலரும் பலவிதமான கருத்துக்களைத் தெரிவித்தார்கள். பலருக்கும் பலவிதமான வருத்தங்கள் இருந்தது. ஆனால் நான் அதை சந்தோசமான விடயமாகவே பார்த்தேன். முஸ்லிம்களைக் கட்டுப்படுத்துவதை அல்லது யாரோ அவர்களைக் கட்டுப்படுத்த முனைகிறார்கள் என்பது எனக்கு சந்தோசத்தையே தருகிறது."

இத்தகைய கருத்தியல் வாதம் கொண்டவர்களை உள்ளடக்கியிருக்கும் தமிழ்த் தேசியக் கூட்டமைப்பு அரசியலில் முஸ்லிம்களை இணைந்து செயற்பட அழைப்பதிலும் சிறுபான்மை மக்களின் உரிமைகள், இருப்புக் குறித்த தமது போராட்டங்களில் முஸ்லிம் அரசியல்வாதிகளும் பங்கேற்கவேண்டும் என்று விரும்புவது அல்லது பங்கேற்கவில்லையென ஆதங்கப்படுவதில் நியாயத்தன்மைகள் இருக்கமுடியாது.

"தமிழர்களாகிய நாம் யூதர்களிடம் காணக்கூடிய சில தத்துவங்களைக் கற்றுக்கொள்ளவேண்டும்" என்பதும் நாடாளுமன்ற உறுப்பினர் சிறிதரனின் உரையில் காணப்படுகின்ற ஒரு கருத்தாக உள்ளது. இவை சிறிதரன் என்கின்ற தனிமனிதனின் உரையாகக் காணப்பட்டபோதும், அதுகுறித்த கண்ணோட்டங்களிலிருந்து அத்தனை எளிதில் மீண்டுவிடவோ, வெறுமனே விட்டு நகரவோ முடியாது. நகரவும் கூடாது.

"எனக்கு முஸ்லிம்களின் செயற்பாடுகளை பிடிப்பதில்லை" என்று அவர் தெரிவிக்கிறார். எதனால் அவருக்குப் பிடிப்பதில்லை? உள்நாட்டு அனுபவங்களை அடிப்படையாகக் கொண்டு தமிழர்களைப் பிடிப்பதில்லை என்று ஒரு முஸ்லிம் நாடாளுமன்ற உறுப்பினர், ஏன் ஒரு சாதாரண தனிநபர் கூறினாற்கூட அது ஏற்றுக்கொள்ளக்கூடியதாகவோ நியாயப்படுத்தக்கூடியதாக இருக்காது. கடந்த காலங்களில் தமிழ்த் தேசிய அரசாங்கத்தை அமைப்பதற்கான போராட்டத்தில் விடுதலைப் புலிகள் அமைப்பு ஈடுபட்டபோது, எவ்விதமான அடிப்படைகளும் இல்லாமலே முஸ்லிம்கள் திட்டமிட்டு அழிக்கப்பட்டனர். முடக்கப்பட்டனர். பொருளாதார ரீதியாக கபளீகரம் செய்யப்பட்டனர். இவற்றையெல்லாம் நேரடியாக ஒத்துக்கொண்டு தமிழ் ஈழ விடுதலைப் புலிகள் பகிரங்க மன்னிப்புக் கோரியதையும் யாரும் மறந்திருக்கமுடியாது. மனிதாபிமானமற்ற தவறுகள் மன்னிப்புகளால் நிவர்த்திக்கப்படுவதில்லை என்பது ஒருபுறமிருக்க சிறுபான்மை முஸ்லிம்களுக்கு எதிராக இத்தனை அநீதிகளை நிகழ்த்தியும் கூட "முஸ்லிம்களின் செயற்பாடுகளில் எனக்கு பிடிப்பில்லை" என்று தமிழ்த் தேசியக் கூட்டமைப்பின் நாடாளுமன்ற உறுப்பினர் சிறிதரன் தெரிவித்ததன் அர்த்தம் என்ன?

தமிழர்களுக்கென்றே உருவானபின்பும் கூட தமிழர்களின் போராட்டத்தில் முஸ்லிம் இளைஞர்கள் பங்கேற்றுக் கொண்ட வரலாற்றை மறந்தவர்கள் இவர்கள். தமிழீழப்போராட்டத்திற்காக எத்தனையோ இளைஞர்கள் சித்திரவதைக்கு ஆளாகியும், நீதிமன்றங்களில் காட்டிக்கொடுக்காது தண்டனைக்கு ஆளாகியும் அர்ப்பணம் செய்துள்ளார்கள். தமிழ்த் தேசியப் போராட்டத்தில் யாழ்ப்பாணக்கோட்டையில் குண்டைக் கட்டிக் கொண்டு தற்கொலைத் தாக்குதலில் குதித்த அக்கரைப்பற்று முஸ்லிம் நபரையும், இன்னும் பல இளைஞர்களையும் வரலாறு மறக்கவில்லை.

இதற்காக விடுதலைப் புலிகளால் முஸ்லிம் சமுதாயத்திற்கு செய்யப்பட்ட கைமாறு காலத்தையே வெல்லக்கூடியது. பள்ளிவாசல்களிலே குண்டுகளை வெடிக்கச் செய்தார்கள். முஸ்லிம்களை குறிவைத்துக் கொன்றார்கள். வடக்கிலிருந்த முஸ்லிம்களைத் துடைத்தெறிந்தார்கள். மூதூர் பகுதியிலும்

இதுபோன்ற நடவடிக்கைக்கு தூபமிட்டார்கள். வன்முறையை நேரடியாகவும் மறைமுகமாகவும் பின்பற்றிய பாசிச வடிவத்திற்கு எடுத்துக்காட்டாக இருந்த விடுதலைப் புலிகளின் தமிழ்த் தேசிய அரசியலைப் பிரதிநிதித்துவப்படுத்துகின்ற நாடாளுமன்ற உறுப்பினர் ஒருவர் முஸ்லிம்களின் செயற்பாடுகளில் தனக்கு விருப்பமில்லை என்று கூறுவது எத்தனை அபத்தமானது. இவருடைய அங்கீகாரத்தை எந்தவொரு முஸ்லிமும் எதிர்பார்க்கவில்லை என்பதும், இத்தகைய முகமூடிகளுடன் சேர்ந்து செயற்பட மனிதாபிமானமுள்ள எந்தவொரு முஸ்லிமும் தயாராகமாட்டான் என்பதும் மற்றுமொரு கண்ணோட்டம்.

தமிழ் மக்களின் உரிமைகள், அபிலாசைகளின் பெயரிலும் தமிழ்த் தேசிய அரசியலின் பெயரிலும் இலங்கைக்கு எதிரான வெளிநாட்டு சக்திகளின் கையாட்களாக தமிழ்த் தேசியக் கூட்டமைப்பு செயற்படுகின்றது என்பதற்கு இதைவிடவும் ஒரு வலுவான ஆதாரம் தேவைப்படாது. சொந்த அரசியல் இலாபத்தினை நோக்காகக் கொண்டு கருணாநிதியும், வைகோ, நெடுமாறன் போன்றோர் தாழம்போட தமிழ் மக்களின் முதுகுகளை விற்கின்றவர்கள், சுகபோக வாழ்வை தக்கவைத்துக் கொள்ள இலங்கையில் தொடர்ந்தும் ஒரு கலகத்தை நிலைநிறுத்திக் கொள்ளும் நோக்கில் புலம் பெயர் தமிழர்களுக்கு மேடையாக உள்நாட்டுத் தமிழ் மக்களின் உரிமைகளைப் பாய்விரிக்கின்ற குழுவைச் சேர்ந்தவராகத்தான் தமிழ்த் தேசியக் கூட்டமைப்பின் நாடாளுமன்ற உறுப்பினர் சிறிதரனை பார்க்கவேண்டியிருக்கிறது.

தமிழ்த் தேசியக் கூட்டமைப்பின் மட்டக்களப்பு மாவட்ட நாடாளுமன்ற உறுப்பினர் யோகேஸ்வரன், ஆர்எஸ்எஸ் என்ற இந்துத்துவ தீவிரவாத அமைப்பின் உறுப்பினர். அண்மையில் கேரளாவிற்கும் தமிழ் நாட்டுக்கும் இடையில் நடந்த நீர் பங்கீட்டுப் பிரச்சினையில் கேரளத் தமிழ் நாட்டு இந்துக்களின் ஒற்றுமைவேண்டி ஆர்எஸ்எஸ் அமைப்பினால் நடாத்தப்பட்ட பாதயாத்திரையில், ஆர்எஸ்எஸ் பிரதிநிதியாக அவர் பங்கு கொண்டிருந்தார். நாடாளுமன்ற உறுப்பினர் சிறிதரன், வடக்கில் போரினால் பாதிக்கப்பட்ட கிளிநொச்சியைச் சேர்ந்தவர். சியோனிச இஸ்ரேல் ஆதரவாளராக தன்னை வெளிப்படுத்தியுள்ளார். ஆர்எஸ்எஸ் இந்துத்துவ வாதமும்,

சியோனிஸமும் உலக முஸ்லிம்களின் பரம விரோதிகள். இவற்றின் அடிப்படையில் இலங்கையில் முஸ்லிம்களோடு அரசியல் ரீதியாக உறவுகளைப் பலப்படுத்தவேண்டும் என்ற கொள்கைகள் பொய்யானதாகவும், தமிழ் பேசும் மக்களின் உரிமைகளை வென்றெடுக்கக்கூடிய நிலைகள் உருவாகி வருவதால் சிறிலங்கா முஸ்லிம் காங்கிரஸ் கிழக்கு மாகாண சபைத் தேர்தலில் அரசாங்கத்திற்கு ஆதரவளிக்கக் கூடாது என்ற அழுத்தத்தினதும் உள்நோக்கங்களை ஆராயவேண்டியதும், அல்லது இவற்றில் உள்ள பொய்மைத் தன்மைகளை, பசப்புக்களை புரிந்து கொள்ள வேண்டியதும் அவசியமாகும்.

தமிழர் தாயகத்திற்கான போராட்டத்தில் பிளவுகள் ஏற்பட முன்னரும் ஏற்பட்ட பின்னரும் முஸ்லிம்கள் ஒருபோதும் எந்தவொரு பக்கச்சார்பான நிலைப்பாட்டையும் எடுத்தவர்களல்ல. தனித்துவமான போக்குடன் முரண்பாடுகளை சுமுகமாகத் தீர்த்துக் கொள்ளும் தீர்க்கமான சிந்தனைகளுடன் செயற்பட்ட முஸ்லிம்கள் எந்தக் கணிப்பீட்டில் நாடாளுமன்ற உறுப்பினருக்கு பிடிபடாமல் போயினரென்று உறுதியாகத் தெரியவில்லை. சிலவேளை, தமிழ் ஈழப்போராட்டம் போன்ற வன்முறையானதும், உயிர்களையும் தலைகளையும் எண்ணும் ஒரு போராட்டத்தை இலங்கை அரசாங்கத்திற்கு எதிராக செய்யாது விட்டதனால் அவருக்கு முஸ்லிம்களைப் பிடிக்காமல் போயிருக்கலாம்.

இன்னும் ஒரு புறத்தில் நோக்கின், சிறுபான்மைத் தமிழ் மக்களுக்கு நீதி கிடைப்பதற்கு தடையாக இருப்பவர்களும் தமிழ் மக்கள் பிரதிநிதிகள் என காண்பித்துக் கொள்பவர்களே! சுதந்திரத்திற்கு பின்னர் தமிழ் மக்களை ஒற்றுமைப்படுத்துவற்கும், தேசிய அரசியல் குறித்த விழிப்புணர்வை ஏற்படுத்தவும் எவ்வாறான நடவடிக்கைகள் கையாளப்பட்டதோ, அரசியல் அபிலாசைகளை நிறைவேற்றிக் கொள்வதற்காக என்னென்ன வியூகங்கள் வகுக்கப்பட்டதோ அப்படியான செயற்பாடுகளே பல தசாப்தங்களுக்குப் பின்னர் இப்போதும் நடைபெற்றுக் கொண்டிருக்கின்றன. தமிழ் தேசிய அரசியலானது இன்னும் முதல் அத்தியாயத்திலேயே நிற்கின்றது. போருக்குப் பின்னர் தமிழ்த் தேசிய அரசியலான மறு அத்தியாயத்திற்குள் பிரவேசித்திருக்கவேண்டும். புதிய உத்திகளுடன் வியூகங்கள் வகுத்துச் செயற்பட்டிருக்கவேண்டும்.

ஆனால் தமிழ்த் தேசிய அரசியலானது ஆரம்பித்த புள்ளியிலேயே நிற்கின்றது என்பதே உண்மை. தமிழ்த் தேசிய அரசியல் என்பதை புரட்சிகரமான செயற்பாடுகளின் வாயிலாகத்தான் அடைய முடியும் என்கின்ற மனக்கணிப்பீடே இப்பின்னடைவுக்கான மிக முக்கிய காரணம். அதுமாத்திரமன்றி, இது மற்றுமொரு அழிவுக்கு மக்களை வழிகாட்டும் நடவடிக்கை. இதன் ஒரு வெளிப்பாடாகவே தமிழ்த் தேசியக் கூட்டமைப்பு நாடாளுமன்ற உறுப்பினர் சிறிதரனின் சியோனிஸ இஸ்ரேல் ஆதரவு வெளிப்படுத்தப்பட்டுள்ளது.

இஸ்ரேலிய சியோனிஸக் கொள்கையை ஆதரிக்கின்ற ஒரு நாடாளுமன்ற உறுப்பினர் தமது சமூகத்திற்கு எதிராக மேற்கொள்ளப்பட்ட அநீதியை எப்படி நியாயப்படுத்த முடியும்? தமிழ் மக்களின் உரிமையைக் குறித்தும், அவர்களுக்கு எதிராக அரசு அநீதியிழைப்பது குறித்தும் பேசுவதற்கு அவர் தகுதியானவர்தானா? சியோனிஸத்தை ஆதரித்து யூதர்களின் தத்துவங்களைப் படிக்கவேண்டும் என்று கூறுகின்றவர்கள், பௌத்த பேரினவாதத்தின் ஆதிக்கக் குணங்களின் நியாயத்தன்மையையும் புரிந்து கொள்ள வேண்டுமே. உலகில் எந்த நாடுகளில் முஸ்லிம்கள் அடக்கப்பட்டாலும் தான் அதனை சந்தோசமாக நோக்குவதாக திருப்திப்படுகின்ற சிறிதரன், தனது சமூகம் ஒடுக்கப்படுவதாக குரல் எழுப்புவதும், நில ஆக்கிரமிப்புக் குறித்து புலம் பெயர் தமிழர்கள் வாழும் நாடுகளில் பேசுவதும் பசப்பானதில்லையா?

தமிழ் மக்கள் அரசியல் உரிமைகளை வென்றெடுக்கவேண்டுமாக இருந்தால் தமிழர்களின் பிரதிநிதிகள் இரு கொள்கைகளை அவசியம் கைவிட்டு, ஒரு விடயத்தை அவசியம் செயற்படுத்த வேண்டும். கைவிடவேண்டியவற்றில், ஒன்று துரோகம் மற்றையது அழுத்தம் அல்லது கடும்போக்கு.

தொலைத்த இடத்தில் தேடுவதை விடுத்து, இனப்பிரச்சினை தீர்வு குறித்து இந்தியாவில் பேசுவதும், அமெரிக்காவிடம் உதவி கோருவதும், புலம் பெயர் தமிழர்களுடன் பேச்சுவார்த்தை நடத்துவதும் எந்தளவு ஆரோக்கியமான முடிவுகளுக்கு இட்டுச் செல்லும் என்பதற்கு தீர்க்கமான பதில்களே இல்லை.

முன்னர் கூறியதற்கிணங்க, தமிழ் தரப்பினர் அவசியம் செயற்படுத்த வேண்டியது தங்களைத் தாங்களே புடம்போட்டுக்

கொள்வது. தம்மை ஒருமுறை திரும்பிப் பார்ப்பது. இப்படித் புடம் போட்டுப் பார்க்கவும், பாதையைத் திரும்பிப் பார்க்கத் தவறியதனாலுமே, சிறிதரன் போன்ற நாடாளுமன்ற உறுப்பினர்கள் உளறித் திரிகிறார்கள். இஸ்ரேலிய சியோனிஸ கொள்கையால் ஈர்க்கப்பட்டவர்களைக் கொண்ட ஒரு அரசியல் அமைப்பின் ஜனநாயகத் தன்மையை எங்ஙனம் ஏற்றுக் கொள்வது? மக்களைத் திசை திருப்பவும், அவர்களின் ஆரோக்கியமான வாழ்வை அரசியல் அபிலாசைகளின் பெயரில் அழித்துக் குளிர் காயவும் சதியிடலாம் என்று சந்தேகப்படுவதில் தவறேது?

ஜூலை, 2012

ஜப்னா.கொம் இணையம்

அடக்குமுறையின் உச்ச வெளிப்பாடுகள்

போருக்குப் பின்னரான மீள்கட்டமைப்புப் பரிமாணங்களின் நிலையைக் காட்டும் வீழ்ச்சிப் புள்ளியிலிருந்து எழுச்சிக்கான ஒரு வரைபு தொடக்கப் புள்ளியிலேயே அல்லது வீழ்ச்சிப் புள்ளியிலேயே நகராது நீண்ட காலம் நிற்கின்ற நிலையில் அபிவிருத்தியின் இலக்குகளும் மாற்றம் பற்றிய சிந்தனைகளும் முரண்பாடுகளிலிருந்து விலகாதனவாக தோற்றுவாய்களிலேயே தொங்கி நிற்க நிர்ப்பந்திக்கின்றன.

"தமிழர்கள் புலிக்கோசத்தை, தாயகக் கோசத்தை நிறுத்தாதவரை நமது நாட்டில் அமைதி ஏற்படும் என நினைக்கிறீரா?" என சிங்கள நண்பர் ஒருவர் கேட்டபோது நான் திணுக்குற்றுப் போனேன். தமிழ் மக்கள் இங்கே பதாதைகளுடன் பாதைக்கு இறங்குவதும், பட்டினி ஊர்வலம் செய்வதும் சிங்களவர்களின் பார்வையில் புலிக்கோசமாக விளங்கிக் கொள்ளப்பட்டதா என்ற கவலையும், தமிழ் சிங்கள மக்களுக்கிடையிலான புரிந்துணர்வுகளுக்கு தடையாக இருக்கும் பேரினவாத அரசியல் சித்தாந்தங்கள் குறித்த ஆதங்கமும் ஒன்றுக்கொன்று மிகப்பாரிய தொடர்புகளைக் கொண்டது.

போருக்குப் பின்னரான மீள்கட்டுமானப் பணிகளில் அரசாங்கம் வெளிப்படையாகக் காண்பித்து வருகின்ற புறக்கணிப்பு, மக்களின் நலன்களில் அக்கறை காண்பிக்கப்படாமை போன்றவற்றின் வெளிப்பாடாகவே தமிழ் மக்கள் தொடர்ந்தும் கோசம் எழுப்புகின்றனர். பசிக்கிற பிள்ளைதான் அழும் என்ற மிகச்சாதாரண லாஜிக்கைக் கூட புரிந்துகொள்ள முடியாதவர்களாக சிங்களவர்களை மாற்றியது, சிங்களப் பேரினவாத அரசியல் முறைமையே என்பதில் சந்தேகமில்லை. ஆயினும், தமிழர்களின் அபிலாசைகளை ஏற்றுக் கொள்ளத்தக்க,

புரிந்துகொள்ளத்தக்க முற்போக்கு சிங்கள தனிநபர்களும், அமைப்புகளும் இல்லாமலில்லை. இருந்தபோதும் அவர்களால் தமிழ் மக்களுக்கு ஆன அல்லது ஆகக்கூடிய நன்மை என்ன என்பது தெளிவற்ற நிலை. இந்த முரண்பாடுகளின் பின்னணியில் தமிழ் தலைவர்களின் தூரநோக்கற்ற செயற்பாடுகளும் நியாயமாக செல்வாக்குச் செலுத்தியிருப்பதும் கவனிக்கப்படவேண்டியது.

போருக்குப் பின்னர் இரு விடயங்கள் மக்களின் இயல்பு வாழ்வுக்கு மிகப்பெரும் தடையாக இருப்பது பகிரங்கமானது. ஒன்று, போர்க்காலத்தில் சந்தேகத்தின் பேரில் கைது செய்யப்பட்டோர், இறுதிப்போரின்போது சரணடைந்து தடுப்பு முகாம்களுக்குக் கொண்டு செல்லப்பட்டோர், காணாமலாக்கப்பட்டோர். இரண்டாவது, உயர் பாதுகாப்பு வலயங்களினால் குடியிருப்புக்களை இழந்து தற்காலிக குடியிருப்புகளில் தங்கவைக்கப்பட்டுள்ளோர், மீள்குடியேற்றப்படாதோர்.

இவ்விரு வகைகளிலும் பாதிக்கப்பட்ட மக்களினது கோசங்களின் பின்னாலுள்ள நியாயங்களை எதன் அடிப்படையிலாவது புறந்தள்ள முடியுமா? தமது சொந்த வீடுகளில் புறத்தான் வாழ்வதையும், சொந்த நிலங்களின் வளங்கள் சுரண்டப்படுவதையும் அபகரிக்கப்படுவதையும் எத்தனை தசாப்தங்களுக்கு சகித்துக் கொண்டிருக்கமுடியும்? கிழக்கிலும், வடக்கிலும் ஆயிரக்கணக்கான ஏக்கர் நிலங்களையும், மக்களின் சொத்துக்களையும் இராணுவம் முடக்கியுள்ளது. போர் முடிந்து மூன்று ஆண்டுகள் முடிவுற்ற பின்னரும் உரிய மக்களின் இயல்பு வாழ்வுக்கு வழிசெய்யாதிருப்பதென்பது நேரடியான அடக்குமுறையின் உச்சக்கட்ட வெளிப்பாடு.

திருகோணமலை சம்பூர் பிரதேச மக்கள் 2006.04.25ஆம் திகதி இடம்பெயர்ந்தவர்கள். ஆறு மாதங்களில் மீள்குடியமர்த்துவதாக அரசாங்கத்தினால் அளிக்கப்பட்ட உத்தரவு ஆறு வருடங்களாகியும் அடைய முடியாததாகவே உள்ளது. சம்பூர் கிராமத்தில் வாழ்ந்த 890 குடும்பங்களும்; கூனித்தீவில் 335 குடும்பங்களும் சூரகுடா கிராமத்தில் 170 குடும்பங்களுமாக சுமார் 1395 குடும்பங்கள் அரச உயர் பாதுகாப்பு வலயத்தினால் சொந்த வீடுகளையும், வயல்களையும் இழந்துள்ளனர்.

இவர்களில் 573 குடும்பங்கள் கிளிவெட்டியிலும், 265 குடும்பங்கள் பட்டித்திடலிலும், 180 குடும்பங்கள் மண்சேனையிலும் மேலும் சில குடும்பங்கள் சேனையூர், பள்ளிக்குடியிருப்புப் பகுதிகளிலும் தற்காலிக குடியிருப்புகளில் வாழ நிர்ப்பந்திக்கப்பட்டுள்ளனர்.

இவர்களுக்கு உலக உணவு ஸ்தாபனத்தினால் வழங்கப்பட்டு வந்த உலர் உணவு இரண்டு மாதங்களாக நிறுத்தப்பட்டுள்ளது. மேலும், மின்சார, குடிநீர் வழங்கல்களும் விரைவில் நிறுத்தப்படலாம் என்ற சந்தேகங்களும் மக்கள் மத்தியில் ஏற்பட்டுள்ளது.

வடக்கில் யாழ் மாவட்டத்தின் வடமராட்சி வடக்கு கிழக்கு, வலிகாமம் வடக்கு, மருதங்கேணி, யாழ் நகரிலும் சில பிரதேசங்களிலும் இதே நிலையிலேயே மக்களின் குடியிருப்புக் காணிகள் இராணுவத்தால் பலவந்தமாக ஆக்கிரமிப்புச் செய்து உயர் பாதுகாப்பு வலயமாகப் பிரகடனப்படுத்தப்பட்டுள்ளது. இவ்வாறு சுமார் 4,096 ஏக்கர் குடியிருப்பு காணிகளும், வயல் காணிகளும் உயர் பாதுகாப்பு வலயத்தினுள் முடக்கப்பட்டுள்ளன. இராணுவம் நிலைகொண்ட வீடுகளில் 50 வீதமானவை மக்களிடம் கையளிக்கப்பட்டு விட்டதாக தெரிவிக்கப்படும் அரசாங்கத் தகவல்கள் நன்பகத்தன்மையில்லாதவை. 400 வீடுகளிலேயே இராணுவம் நிலைகொண்டுள்ளதென்றும் அவை விரைவில் உரிய மக்களிடம் கையளிக்கப்படும் என்றும் பாதுகாப்புப் படைகளின் கட்டளைத் தளபதி மேஜர் ஜெனரல் மஹிந்த ஹதுருசிங்க தெரிவித்ததை அண்மையில் ஊடகங்களில் காணவும், கேட்கவும் முடிந்தது.

1995ஆம் ஆண்டு முதல் யாழ் மாவட்டத்தின் வளங்கள் பொருந்திய நிலங்கள் பல இராணுவத்தினரால் நிலைகொள்ளப்பட்டுள்ளன. யாழில் சுமார் 26 ஆயிரம் படையினர் கடமையாற்றியதாக இராணுவத் தகவல்களிலிருந்து அறியமுடிகின்றது. படையினரின் எண்ணிக்கைக்கும், நிலைகொள்ளப்பட்டிருப்பதாக தெரிவிக்கப்படும் வீடுகளின் எண்ணிக்கைக்கும் இடையில் பாரிய வேறுபாடு காணப்படுகின்றது. “வோர் ஹீரோஸ்” – யுத்த கதாநாயகர்கள் என சமகாலத்தில் போற்றப்படுகின்ற படையினரை நிரந்தரமாகக் குடியேற்றுவதற்கான பாரிய வேலைத்திட்டங்கள்

அரசாங்கத்தினால் முன்னெடுக்கப்பட்டு வருவதையும் கவனத்திற் கொள்ளவேண்டும்.

யாழ்ப்பாணம், மன்னார், கிளிநொச்சி, முல்லைத்தீவு, வவுனியா ஆகிய ஐந்து மாவட்டங்களிலும் காணப்படும் அரச காணிகளை அடையாளம் காணும் நடவடிக்கைகளை பிரதேச செயலாளர் பிரிவுகளுடாக மேற்கொள்ளப்போவதாக வட மாகாண ஆளுநர் மேஜர் ஜெனரல் ஜீ.ஏ.சந்திர சிறி அரச ஊடகங்களுக்குத் தெரிவித்திருந்த செய்தி, வடக்கில் இராணுவத்தை நிரந்தரமாக நிலைகொள்ளச் செய்வதற்கான பிள்ளையார் சுழி.

மக்களின் இயல்பு வாழ்வை முற்றாகப் பாதிக்கின்ற செயற்பாடுகள் மட்டுமன்றி, தமிழ் மக்களின் எதிர்கால அபிலாசைகள், இருப்பு என்பவற்றை மேலும் அச்சுறுத்தலான சூழலுக்குள் முடக்குவதற்குமான பாரிய சதியாகவும் இது பார்க்கப்படவேண்டியது. இராணுவ நிலைகொள்ளல் காரணமாக வடக்கில் பொருளாதார முடக்கம், பொருளாதார ரீதியான அப்பட்டமான சுரண்டல் நிலையும், முற்று முழுதாக இராணுவ மயப்படுபத்தப்பட்ட நிர்வாக அமைப்பும் காணப்படுகின்றது. சமூகமயப்படுத்தப்பட்ட நடவடிக்கைகளுக்கு முழுமையான தடை விதிப்பு, எத்தகைய ஒன்றுகூடல்கள், சமூக செயற்பாடுகளுக்கும் இராணுவத்திடம் அனுமதி கோரவேண்டிய நிலை என்பன இராணுவ நிர்வாகத்தை வெளிச்சம்போட்டுக் காண்பிக்கின்றன.

உயர்பாதுகாப்பு வலயங்களினால் வாழிடங்களை இழந்து தற்காலிக குடியிருப்புகளில் துயருற்றிருக்கின்ற மக்களும் அவர்களுக்கு ஆதரவாக சமூக நிறுவனங்களும் இணைந்து நடாத்துவதற்கு ஏற்பாடு செய்த ஆர்ப்பாட்டத்திற்கு யாழ் நீதிமன்றம் அனுமதி வழங்க மறுத்துள்ளது. வடக்கில் குறிப்பாக முல்லைத்தீவு, கிளிநொச்சி, வவுனியா மாவட்டங்களில் எந்தவொரு ஒன்றுகூடலை நடாத்துவதற்கும் அந்தந்த கிராமங்களில் இருக்கின்ற இராணுவ முகாம்களின் அனுமதியைப் பெறவேண்டிய நிர்ப்பந்தமுள்ளது. ஒன்றுகூடலில் இராணுவ உறுப்பினர்களும் கலந்துகொள்வதுடன், கலந்துரையாடல்களை தமிழிலிருந்து சிங்களத்திற்கு மொழிபெயர்க்கவும் வேண்டுமென்ற கட்டாய நடைமுறைகள் பின்பற்றப்படுகின்றன. முற்றிலும் ஜனநாயகத்திற்கு எதிரான இச்செயற்பாடுகளில்

மக்களின் இயல்புவாழ்வுக்கு பச்சையாகத் தடையாக இருக்கின்ற அடிப்படை உரிமைகளை எதிர்த்து தமிழர் கோசம் எழுப்புவதென்பது எந்த வகையிலும் நியாயமற்றதோ அல்லது புலிக்கோசம் என அடையாளப்படுத்தத்தக்கதோ இல்லை.

இராணுவ மயப்படுத்தப்பட்ட இந்நடவடிக்கைகளினால் உடைந்து தகர்ந்த வீடுகளில் சுவர்களின் இடிபாடுகளை பாலீத்தீன் துண்டுகளால் மறைத்தபடி மீளக்குடியேறியுள்ள மக்களும்கூட அசௌகரியங்கள் நிறைந்த, அச்சம் சூழ்ந்த நிலையிலேயே வாழ்கின்றனர். போரின் பின்னர், போரினால் நேரடியாகப் பாதிக்கப்பட்ட மக்களின் மிக அத்தியாவசியமான தேவைகளில் உள ஆற்றுப்படுத்துகையும் மிகப்பிரதான இடம் வகிக்கின்றது. போரின் முடிவைத் தொடர்ந்து இடம்பெறுகின்ற நடவடிக்கைகளில் அனேகமானவை மக்களின் மனதை கிலேசமடையச் செய்வனவாகவே அமைகின்றன.

முல்லைத்தீவு, கிளிநொச்சி, வவுனியா மாவட்டங்களில் இடம்பெறுகின்ற வீதி புனரமைப்பு குத்தகைச் செயற்பாடுகள்கூட இராணுவ செல்வாக்குடனும், தெற்கிலிருந்து வரவழைக்கப்பட்ட சிங்களப் பணியாளர்களுடனுமே மேற்கொள்ளப்படுகின்றன. சொந்த இடங்களையும், தொழில் செய்வதற்கான வயல் காணிகளையும் இழந்து தொழிலற்று நிற்கும் உள்ளூர் மக்களுக்கு அளிக்கப்படவேண்டிய நியாயமான வாய்ப்புக்கூட மறுக்கப்பட்டுள்ளது. இராணுவ உறுப்பினர்கள் வெளிப்படையான வியாபார செயற்பாடுகளிலும் ஈடுபடுகின்றனர். தொலைத்தொடர்பு நிலையங்களை நடாத்துதல், தெற்கிலுள்ள உற்பத்திகளை சந்தைப்படுத்துதல் போன்ற செயற்பாடுகளிலும் ஈடுபட்டுள்ளனர். இது உள்ளூர் உற்பத்திகளுக்கான சந்தைவாய்ப்புகளை இழக்கச் செய்து நேரடியான பொருளாதாரச் சுரண்டலுக்குள் மக்களை முடக்கியுள்ளது.

தமிழ் மக்களின் உரிமைக்கோசங்களை முற்றிலும் புறந்தள்ளிய நிலையில் ஜனநாயகத்திற்கு எதிராகவும், வடக்கை முற்றிலும் இராணுவ நிர்வாகத்தின் கீழ் நிலைப்படுத்துவதற்குமான செயற்பாடுகளின் பல்பக்க வெளிப்பாடுகளே இவை.

ஜூன், 2012
சுடர் ஒளி நாளிதழ்

யுத்த கதாநாயகர்கள்

"அபிமன்சல" என்பது போரில் மாற்றுத்திறனாளியான இராணுவ உறுப்பினர்களுக்கு அடைக்கலமளிக்கும் "புகலிடம்". அநுராதபுர கும்புறுப்பிட்டியவில் நட்சத்திர விடுதிகளையே மிஞ்சும் வகையிலான வசதிகள் நிறைந்த பிரமாண்டமான உள்ளார்ந்த வெளியார்ந்த அமைப்புகளுடன் 46 வலதுகுறைந்த இராணுவ உறுப்பினர்களுக்கு அடைக்கலம் அளித்திருக்கும் தளம். "வில்லா" எனப்படும் நால்வர் வசிக்கத்தக்க பிரமாதமான வசதிகளுடன் சிறு சிறு வீடுகள். 52 பேர் வசிக்கப்போதுமான இடங்களும் வளங்களும் இருக்கின்றன. மேம்படுத்தப்பட்ட வசதியுடனான வரவேற்பறை, படுக்கையறை, சமையலறை, ஓய்வறை, குளியலறை என அனைத்தும் உண்டு. நூலகம், உடற்பயிற்சி உபகரணங்கள், கணினிகள், பொழுதுபோக்கிற்கானதும், தேகத்தையும், உளத்தையும் பேணுவதற்குமான எல்லா வளங்களுடன், மருத்துவ வசதிகள், உளவள ஆலோசனையாளர்கள், வைத்தியர்களின் சேவைகள் என கிட்டத்தட்ட சுவர்க்கபுரியாக இருக்கிறது "அபிமன்சல".

"ரணஜயபுர" போரில் பங்காற்றிய இராணுவ வீரர்களுக்கான "யுத்த வீரர்களின் நகரம்". 50,000 வீடுகளை அமைக்கும் இலக்குடன் பாதுகாப்பு அமைச்சின் செயலாளர் கோதபாய ராஜபக்சவின் யோசனைக்கு அமைவாக 2006 டிசம்பர் 14ஆம் திகதி அடிக்கல் நாட்டப்பட்டு மிகக்கோலாகலமாக ஆரம்பிக்கப்பட்ட கடன் அடிப்படையிலான வீடமைப்பு செயற்றிட்டம். அநுராதபுரத்தின் இப்பலாகமவில் அமையப்பெற்றுள்ள இவ்வீடமைப்புத் திட்டம் முற்றிலும் இராணுவ வீரர்களுக்கானது. 2009 நவம்பர் 22இல் 100 வீடுகள் நிர்மாணித்து முடிக்கப்பட்டு கையளிக்கப்பட்டன. 2010, டிசம்பர் 30இல் 1500 வீடுகளின் நிர்மாணப்பணிகள்

முடிக்கப்பட்டுக் கையளிக்கப்பட்டதுடன், தற்சமயம் இத்திட்டத்தின் முக்கால்வாசிக்கும் அதிகமான வீடுகள் நிர்மாணிக்கப்பட்டுள்ளன. சொகுசான அமைப்பில் பாடசாலைகள், மருத்துவ நிலையங்கள், வங்கிகள், சந்தைகள் போன்ற அனைத்து அடிப்படை நிறுவன ரீதியான தேவைகளையும் உள்வாங்கியதாக யுத்த வீரர்களின் நகரென்ற பெயருடன் தலைநிமிர்ந்து செழித்து கொழிக்கிறது "ரணஜயபுர". வீடுகள் ஒவ்வொன்றும் தலா 14 இலட்சம் ரூபா செலவில் 10 பேர்ச் காணியில் நிர்மாணிக்கப்பட்டுள்ளன. 14 இலட்சம் ரூபாவில் 6 இலட்சம் அரசாங்கத்தின் அன்பளிப்பாகவும், மிகுதி 8 இலட்சத்தை வீட்டு உரிமையாளர் விரும்புகின்றவாறு 10 முதல் 20 வருடங்களுக்குள் செலுத்த முடியும்.

"யுத்த வீரர்களுக்கான வீடமைப்பு நகரம்" முல்லைத்தீவு மாவட்டத்தின் கொக்குவில் கிழக்கில் திருமுருகண்டியில் 4,000 ஏக்கர் காணிகளில் 1,000 சொகுசு வீடுகளை நிர்மாணிக்கும் பணி கடந்த ஆண்டு ஆரம்பிக்கப்பட்டு, தற்போதும் முன்னெடுக்கப்பட்டு வருகின்றது.

"ரணவிரு கமந" என்ற "இராணுவ கிராமம்" வெலிகந்த அசேலபுரவில் அமையப்பெற்றுள்ளது. இக்கிராமத்தில் ஒரே அளவில் பிரிக்கப்பட்ட 57 காணிகளுக்கான உறுதிப்பத்திரங்கள் 2012 ஜனவரி 07 அன்று இராணுவத்தினரிடம் கையளிக்கப்பட்டது. இக்காணிகளில் வீடுகள் அமைத்துத் தருவதாகவும் உத்தரவாதமளிக்கப்பட்டுள்ளது.

இவை தவிர, பாதுகாப்பு அமைச்சின் வீடமைப்பு செயற்றிட்டத்தினூடாக கண்டி, குருநாகலை, மாத்தறை, ஹம்பாந்தோட்டை, மொனறாகலை, பதுளை, காலி, அம்பாறை, மட்டக்களப்பு, திருகோணமலை, களுத்துறை, கேகாலை, யாழ்ப்பாணம், முல்லைத்தீவு, வவுனியா, கிளிநொச்சி போன்ற மாவட்டங்களிலும் பரவலாக நிர்மாணிக்கப்பட்டுள்ள வீடுகளின் எண்ணிக்கை அண்ணளவாக 1500க்கும் மேல்.

இராணுவ உறுப்பினர்களின் பிள்ளைகளுக்கான புலமைப்பரிசில்கள், ஏனைய கல்வி நடவடிக்கைகளுக்கென அரசாங்கம் இதுவரை 30 மில்லியனுக்கும் அதிகமான பணத்தை செலவு செய்திருப்பதுடன், இராணுவ உறுப்பினர்களின்

குடும்பங்களின் மலசலகூடம், குடிநீர் வசதிகளுக்காகவும், இறந்த இராணுவ உறுப்பினரின் மனைவி, அதாவது குடும்பத் தலைமை தாங்கும் பெண்களுக்கு வாழ்வாதார உதவிகளைப் பெற்றுக் கொடுக்கவும் என பாதுகாப்பு அமைச்சின் வீடமைப்புப் பிரிவும், இலங்கை இராணுவத்தின் மற்றுமொரு வீடமைப்புப் பிரிவும் ஒன்றையொன்று முந்திக் கொண்டு பணிபுரிகின்றன.

அநுராதபுர திஸ்ஸவெவயில் இராணுவ உறுப்பினர்களுக்கான யோகர்ட் தயாரிக்கும் தொழிற்சாலை, அளவ்வையில் இராணுவத்தினரின் சீருடைகள், படுக்கைவிரிப்புகள் தயாரிப்பதற்கான "ரணவிரு ஆடைத்தொழிற்சாலை" என யுத்த கதாநாயகர்களின் வாழ்வில் மறுமலர்ச்சிக்கான அனைத்து ஏற்பாடுகளும் கட்டம் கட்டமாக மேற்கொள்ளப்பட்டு 95% மதிப்பீட்டை அபிவிருத்தியில் எட்டியிருக்கின்றது.

ஆனால், போரினால் பாதிக்கப்பட்ட ஆயுதந்தரிக்காத அப்பாவி பொதுமக்களின் மேம்பாட்டின் நிலை முற்றிலும் தலைகீழ். 2009 போர் முடிவடைந்த நிலையில் அரச, தனியார் கணிப்பீடுகளுக்கமைய வடக்கில் மாத்திரம் வவுனியா, கிளிநொச்சி, முல்லைத்தீவு, மன்னாரில் இடிந்து தகர்ந்த வீடுகளின் மொத்த எண்ணிக்கை 160,000. இடம்பெயர்ந்த குடும்பங்களின் எண்ணிக்கை 300,000.

இராணுவத்தின் உயர் பாதுகாப்பு வலய கம்பி வேலிகளுக்குள் வாழிடங்களைத் தொலைத்த மக்கள் தவிர்ந்த ஏனையோரில் பெரும்பாலானோர் யுத்தம் முடிந்தபின்னர் கட்டம் கட்டமாக சொந்த இடங்களில் மீள்குடியேற்றப்பட்டனர். 25,000 பணமும், 10 கூரைத்தகடுகளும், 04 சீமெந்துப் பக்கற்றுக்களுமாக "இது தற்காலிகமே, நிரந்தர வீட்டு நிர்மாணத்திற்கு உதவுவோம்" என்ற அரச அதிகாரிகளின் வாக்குறுதிகளுடன் மீள்குடியேற்றப்பட்டனர்.

போரின் வடுக்களை கூட்டித் துப்புரவாக்கும் பணியை உள்நோக்குடன் மிகத் துரிதமாக மேற்கொண்ட அரசாங்கம் முகாம்களிலிருந்த மக்களை குமியல் குமியலாக வாகனங்களில் ஏற்றி சொந்தப் பிரதேசங்களில் இறக்கியது. வீடென்று அடையாளம் காணவே முடியாத வீடுகளில் அரைகுறை நிவாரணங்களுடனும், குறைநிரப்பு நம்பிக்கைகளுடனும்

இடம்பெயர்ந்த மக்களை நிர்ப்பந்தமாக குடியேற்றிவிட்டு 90% மக்கள் மீளக்குடியேற்றபட்டுவிட்டனர் என நெஞ்சை நிமிர்த்தி நின்று அறிவித்துக் கொண்டிருக்கிறது. போர் முடிவுக்குக் கொண்டுவரப்பட்ட அதேவேகத்திலேயே மீள்கட்டுமான, மீள்குடியேற்றப் பணிகளையும் மேற்கொள்வதாக பூசி மெழுகியது.

போரினால் இடம்பெயர்ந்த மக்கள் மீள்குடியமர முடியாத நிலையிலேயே இன்னமும் வாழ்ந்து கொண்டிருக்கின்றனர். கிழக்கில் திருகோணமலை மாவட்டம் சம்பூர் பிரதேசத்தில் 1,395 குடும்பங்களின் குடியிருப்பு மற்றும் வயல் காணிகளை இராணுவம் உயர் பாதுகாப்பு வலயமாக பிரகடனப்படுத்தி முடக்கியுள்ளது. வடக்கில் வவுனியா மெனிக் பாமில் சுமார் 7,000 குடும்பங்கள் தங்கவைக்கப்பட்டுள்ளன.

மீள்குடியேற்ற அமைச்சர் குணவர்தன வீரகோனை ஐக்கிய நாடுகள் உதவி நிறுவனத்தின் பிரதி இயக்குநர் டெக்கோர் ஹப்லின் 2012 மே, 14 அன்று சந்தித்தார். முகாம்களில் வாழ்வோரை இன்னும் 3 மாதங்களில் குடியேற்றி விடுவோம் என குணவர்தன வீரகோன் 2010 இல் தெரிவித்ததுபோன்றே இதன்போதும் தெரிவித்தார். போரினால் பாதிக்கப்பட்ட மக்களின் இயல்பு வாழ்வுக்கு குறைந்தது 5 ஆண்டுகள் செல்லும் என்றும் அவர் கருத்து வெளியிட்டார். இது ஒரு புறமிருக்க, இந்த ஆண்டு ஜூன் மாதத்திற்குள் மீள்குடியேற்றப்பணிகள் அனைத்தையும் பூர்த்தி செய்துவிட முடியும் என்று பிபீசி செய்தி நிறுவனத்திற்கும் மீள்குடியேற்ற அமைச்சர் குணவர்தன வீரகோன் தெரிவித்திருந்தார்.

இவை அரசாங்கத்தின் இதயசுத்தியில்லாத, தூரநோக்கற்ற செயற்பாடுகளின் வெளிப்பாடு தவிர வேறெதுவுமில்லை. போரினால் 160,000 வீடுகள் பாதிக்கப்பட்டபோதும் அவற்றில் 10 % வீடுகள்தானும் நிர்மாணிக்கப்படவில்லை. அண்மையில், முல்லைத்தீவு மாவட்டம் செல்வபுரம் கிராமத்தில் 95 வீடுகள் பயனாளிகளிடம் கையளிக்கப்பட்டன. கிழக்கில் மட்டக்களப்பில் கிரான், புலிபாய்ந்தகல், கல்குடா, மற்றும் களுவண்கேணி, செங்கலடி ஆகிய கிராமங்களில் எல்லாமாக 386 வீடுகள் நிர்மாணிக்கப்பட்டுள்ளன. இவ்வாறே, வவுனியா, மன்னார்

மாவட்டங்களிலும் மந்த கதியிலான வீடமைப்புப் பணிகளே இடம்பெற்று வருகின்றன.

அரசாங்கத்தின் இச்செயற்பாடானது அப்பட்டமாக பாரபட்சத்தைக் காட்டுவதுடன், இலங்கை ஜனநாயக சோசலிசக் குடியரசின் குறிக்கோள்களைக் கூறும் அரசியலமைப்பை மீறும், மக்களின் நீதியும் சமத்துவமும் மறுக்கப்பட்டதுமான நிலையைக் குறிக்கின்றது. அரசியலமைப்பின் அத்தியாயம் 111இல் உறுப்புரை 12:2, "இனம், மதம், மொழி, சாதி, பால், அரசியற் கொள்கை அல்லது பிறப்பிடம் காரணமாக அத்தகைய காரணங்களுள் எந்த ஒன்று காரணமாகவும் எந்தப் பிரசைக்கும் ஓரங்காட்டுதல் ஆகாது" என்று கூறினாலும், நாட்டு மக்களில் சமத்துவமான கண்ணோட்டத்துடன் நீதி செலுத்துவதிலிருந்து அரசாங்கம் முற்றிலும் விலகியே நடக்கிறது.

போருக்கும் பின்னர் இராணுவ வீரர்களுக்கு, யுத்த வீரர்கள்: யுத்த கதாநாயகர்கள் என்ற நட்சத்திர அந்தஸ்த்துடன், அவர்களது வாழ்வை மேம்படுத்த அரசு காண்பிக்கின்ற மேம்பட்ட அக்கறையுடன் ஒப்பிடுகையில் சாதாரண பொதுமக்களின் வாழ்வை மேம்படுத்துவதற்கு எடுத்துக்கொண்ட கவனம் மிக மிகக் குறைவே. பாதுகாப்பு அமைச்சு, "நமக்காக நாம்" என்ற செயற்றிட்டங்களுக்கூடாக அரச, தனியார் திணைக்களங்கள், கம்பனிகள், கூட்டுத்தாபனங்கள், வங்கிகளிலும், ஏனைய விற்பனை நிலையங்களிலிருந்து பெருமளவிலான நிதியை வசூலித்து இராணுவ உறுப்பினர்களின் வாழ்வை மறுசீரமைப்பதற்கான உழைப்பை உச்ச நிலையில் காண்பித்துள்ளது, தொடர்ந்தும் காண்பித்து வருகின்றது.

இராணுவத்தினர் தேசத்திற்காக போராடினார்கள் என்றே வைத்துக் கொள்வோம், அது அவர்கள் பொறுப்பேற்ற கடமை. உத்தியோகக் கடமையை நிறைவு செய்ததற்கான வருமானத்தை அவர்கள் மாதாந்தம் பெற்றார்கள். பெற்றுக் கொண்டிருக்கிறார்கள். அவர்களுக்கு அரசாங்கம் மேம்பட்ட சலுகைகளை அளிப்பதன் உள்நோக்கம் சிங்களவர்களை இராணுவத்தில் இணையத் தூண்டும் மறைமுகமான செயற்பாடும், சிங்களவர்கள் மாத்திரமே இந்நாட்டின் சொந்தக்காரர்கள் என காண்பிப்பதுமான செயற்பாடென்றே

கொள்ளவேண்டியுள்ளது. போரினால் மாற்றுத்திறனாளிகளாகி தமது கடமைகளை தனியாக நிறைவு செய்து கொள்ள முடியாதவர்களுக்கு உதவிகளையும், வாழ்வை மேம்படுத்தும் செயற்பாடுகளையும், வாழ்வாதாரத்திற்கான உதவிகளையும் வழங்குவதென்பது நியாயமான நடவடிக்கையே. எனினும், அநுராதபுரவில் வலதுகுறைவான இராணுவ உறுப்பினர்களுக்காக அமைக்கப்பட்டுள்ள "அபிமன்சல" நட்சித்திர விடுதிகளையே மிஞ்சி விடும் வசதிகளுடனும், அங்கு தங்கியிருக்கின்ற உறுப்பினர்களின் உள்ளார்ந்த வெளியார்ந்த தேவைகளுக்கு ஏற்படுத்திக் கொடுக்கப்பட்டுள்ள நலன்களும் வியப்பளிக்கின்றன.

போரில் மாற்றுத்திறனாளிகளான ஆயிரக்கணக்கான அப்பாவி இளைஞர்கள், பாடசாலை மாணவர்கள், பெண்கள் உள்ளனர். இவர்களில் அதிகம்பேர் விசேட உபரகரணங்களைப் பெறுவதற்கே வழியற்றவர்களாக உள்ளனர். மத, இன, வர்க்க பேதமின்றி அனைத்து மக்களையும் சமத்துவமாக நடத்தும் கடப்பாடுடைய அரசாங்கம் "அபிமன்சல" யுத்தத்தினால் நேரடியாகப் பாதிக்கப்பட்ட பகுதிகளிலும் தளமுறச் செய்திருக்கவேண்டும்.

இராணுவ உறுப்பினர்கள் அனைவருமே நிலமற்றவர்கள், வீடற்றவர்கள் என்பதுபோன்ற பிரச்சாரத்தையே பாதுகாப்பு அமைச்சின் "சேவா வனிதா" வீடமைப்பு பிரிவு மேற்கொண்டு வருகின்றது. யுத்தம் உக்கிரமாக இடம்பெற்றது வடக்கிலும் கிழக்கிலுமே. இறுதிப்போரானது வடக்கில் வன்னி நிலப்பரப்பில் நிலவியது. இந்த இடங்களில் இராணுவத்தினரின் வீடுகள் போரில் பாதிக்கப்படுவதற்கு எந்த வழியுமில்லை. இராணுவ வீரர்களில் 85 வீதமானவர்கள் தெற்கையும், ஏனைய போரின் வாசனையை நுகராத சிங்களப் பிரதேசங்களையும் பிரதிநிதித்துவப்படுத்துகின்றவர்கள். அவர்கள் யுத்தம் காரணமாக காணி பூமிகளை இழக்கவோ, வீடுகளை பறிகொடுக்கவோ இல்லை. அவ்வாறான துர்ப்பாக்கிய நிலைக்குத் தள்ளப்பட்டவர்கள் தமிழ், முஸ்லிம் மக்களே.

வடக்கு, கிழக்கில் போரினால் பாதிக்கப்பட்ட மக்கள் இன்னமும் முகாம்களில் வாழ நிர்ப்பந்திக்கப்பட்டுள்ள

நிலையில், இராணுவ வீரர்களுக்கு அமைக்கப்பட்டுள்ள "ரணஜயபுர" எனும் யுத்த கதாநாயகர்களுக்கான சொகுசு வீடுகளைக் கொண்ட நகரம் ஏனைய மக்களுக்கு அதிருப்தியை ஏற்படுத்துகின்ற விடயம் மட்டுமல்ல அரசாங்கத்தின் ஒடுக்குதலையும், பாரபட்சத்தையும் அப்பட்டமாகக் காண்பிக்கின்ற ஒன்றும்.

வடக்கு கிழக்கிலே போரினால் பாதிக்கப்பட்ட மக்கள் குறிப்பாக மீளக்குடியேற முடியாத, உயர் பாதுகாப்பு வலயங்களுக்குள் வாழிடங்கள், வயல் காணிகளை இழந்து நிற்பவர்கள் வாழ்வாதார வழியின்றி, நிரந்தர வருமானமின்றி அல்லலுறுகின்றனர். இவர்களுக்கான மாற்று வழிகளை ஏற்படுத்திக் கொடுப்பது குறித்து அரசாங்கம் சிந்தித்ததோ இல்லையோ, போர் சூழல் இல்லாத பகுதிகளில் இராணுவ செலவீனங்களைக் குறைப்பதற்காக தையல் தொழிற்சாலைகளையும், யோகர்ட் உற்பத்தி நிலையங்களையும் நிறுவி தொழில் வாய்ப்பை ஏற்படுத்திக் கொடுப்பதில் சிறப்பாக செயலாற்றியுள்ளது.

முகாம்களில் வாழ்கின்றவர்களும், மீளக்குடியேறி நிரந்தர வருமானத்தைப் பெறமுடியாதவர்களும் "பால் மா" என்பதையே மறந்து தேயிலைச் சாயத்தை பருகச் செய்து குழந்தைகளை வளர்க்கின்ற அபாக்கிய நிலையில் இருக்க, இராணுவ உறுப்பினருக்கு மூன்றாவதாக பிறக்கின்ற குழந்தைக்கு ஒரு இலட்சம் அன்பளிப்பு வழங்குவதில் அரசாங்கம் மிகத் தெளிவாக உள்ளதானது பாரபட்சத்தின் அதி மேம்பட்ட நிலை.

இராணுவ உறுப்பினர்களுக்கோ, சிங்கள மக்களுக்கோ அரசாங்கம் சேவை புரிவதில் எந்தக் குற்றமுமில்லை. அதே சேவையினை நாட்டில் உள்ள ஏனைய சிறுபான்மை மக்களுக்கும் வழங்கவேண்டும். இந்த விடயத்தில் புறக்கணிக்கப்பட்ட சிங்களவர்களும் இல்லாமலில்லை. வெலி ஓயா பகுதியில் உள்ள கஜபாபுர, மொனரவெவ கிராமங்களிலிருந்து 1999 காலப்பகுதியில் போர்ச்சூழல் காரணமாக இடம்பெயர்ந்த 142 சிங்களக் குடும்பங்கள் அண்மையில் மீளக்குடியேறியுள்ளனர். இவர்களின் நிலையும் தமிழ் மக்களின் நிலையை ஒத்ததுதான். எந்தவித

அடிப்படை வசதிகளுமற்ற தற்காலிக கொட்டைகைகளிலேயே குடியேற்றப்பட்டுள்ளனர். மீளக்குடியேறிய கஜபாபுர, மொனரவெவ கிராம மக்களை நேரில் சந்தித்த மீள்குடியேற்ற அமைச்சர் குணவர்தன வீரகோன் இயல்பு வாழ்வுக்கான அடிப்படைத் தேவைகளை விரைவில் ஏற்படுத்தித் தருவதாக வாக்களித்துள்ளார். வவுனியா மெனிக் பாம் முகாமில் உள்ள மக்களுக்கு 2009இல் தெரிவிக்கப்பட்டதுபோன்ற வாக்குறுதியை கஜபாபுர, மொனரவெவ கிராம மக்களிடமும் மீள்குடியேற்ற அமைச்சர் குணவர்தன வீரகோன் தெரிவித்துள்ளார் எனினும், இவர்கள் சிங்கள மக்களாக இருப்பதனால் இது சந்தேகத்திற்கிடமின்றி நிறைவேற்றப்படக்கூடிய வாக்குறுதி.

வடக்கு கிழக்கில் காணிப்பிரச்சினைகள் பூதாகரமாக உருவெடுத்து வருகின்றன. மீள்குடியேற்றம் பற்றிய எந்தவிதமான திட்டமிடல்களும் அரசாங்கத்திடம் இருப்பதாகத் தெரியவில்லை. 1990இல் வடக்கின் மன்னார் மாவட்டத்திலிருந்து விடுதலைப் புலிகளால் பலவந்தமாக வெளியேற்றப்பட்ட 70,000 முஸ்லிம்கள் இன்னமும் அகதிகளாகவே வாழ்கின்றனர். இவர்களது மீள்குடியேற்றம் பற்றித் தெளிவான பதில்களை அரசாங்கம் இதுவரையில் தெரிவித்துள்ளதா என்றால், கிடையாது.

ஐரோப்பிய ஒன்றியம், அவுஸ்திரேலிய அரசு, சுவிஸ் அபிவிருத்தி கூட்டுறவு முகவர், ஹெபிடாட் ஆகிய அரசசார்பற்ற நிறுவனங்கள் இணைந்து போரினால் சிதைந்த 4600 வீடுகளை நிர்மாணிப்பதற்காக 23 மில்லியன் அமெரிக்க டொலர் நிதியினை வழங்கியது. மேலும் இந்திய அரசாங்கத்தின் உதவியில் 50,000 வீடுகள் நிர்மாணிக்கப்படவுள்ளதாகவும் தெரிகிறது. இந்த நடவடிக்கைகளேனும் எவ்வித பாரபட்சமும் அற்றதாக போரினால் பாதிக்கப்பட்ட மக்களைச் சென்றடைவதற்கு அரசாங்கம் வழி வகுக்குமா என்பதற்கு காலமே பதில்.

வடக்கு, கிழக்கு – தெற்கு, தமிழ், முஸ்லிம் பிரதேசங்கள், சிங்களப் பிரதேசங்கள் என்கின்ற பாகுபாடுகள் சிறுதுமற்ற அபிவிருத்தி நடவடிக்கைகளும் செயற்பாடுகளுமே நல்லாட்சியின் அடையாளங்கள். முழுநாட்டையுமே "அபிமன்சல" போன்ற அமைதி நிறைந்த வளம் சூழ்ந்த

தளமாக, ஒவ்வொரு பிரஜையின் வீட்டையும் "வில்லா" போன்ற நிம்மதி தரும் இல்லங்களாக மாற்றுகின்ற அரசாங்கத்தினால் நல்லாட்சியை நிலைநாட்டவும் நாட்டில் அமைதியை ஏற்படுத்தவும் முடியும்.

இன்று உள்நாட்டில் இடம்பெறுகின்ற குழப்பங்கள், ஆர்பாட்டங்கள் அனைத்துமே மக்களின் பல்வேறு தேவைகளின் மையங்களிலிருந்தே வெளிக்கிளம்புகின்றன. உலையில் கொதித்துக் கொண்டிருக்கின்ற நீர், உச்ச கொதிநிலையில் மூடியைத் தகர்த்துக் கொண்டு வெளித்தெறிப்பது போன்றதுதான் நடைபெறுகின்ற நிகழ்ச்சிகளும் அமைந்திருக்கின்றன. போருக்குப் பின்னரான மீள்கட்டுமானப் பணிகளில் அரசாங்கம் படுதோல்வியடைந்துவிட்டதாகச் சொல்லப்படுவதில் எந்த உண்மையும் இல்லை. மீள்கட்டுமானத்தின் வெற்றிகளையே "அபிமன்சல" என்றும், "ரணஜயபுர", "ரணவிருகம" "சேவா வனிதா", "அபிவெனிங் அபி" என்றும் மைல்கற்களாக அரசாங்கம் நிலைநாட்டியிருக்கிறது. உண்மை எதுவெனில் மீண்டும் தமிழ் மக்கள் ஏமாற்றப்படுகின்றனர் என்பதே.

ஜூன், 2012

சுடர் ஒளி நாளிதழ்

பெண் போராளிகளின் மறுபக்கம்

யுத்தம் முடிந்தாயிற்று. அச்சமில்லாத சூழ்நிலை. எங்கும் அபிவிருத்திப் பணிகள். அபிவிருத்திகளைப் பற்றிய பேச்சுகள். வீதிகள் புனரமைப்பு. பாலங்கள் திறப்பு, மீள்குடியேற்றம், வீடமைப்பு இவைகளில்தான் எமது மையக் கவனமுள்ளது. யாரினதும் கவனமும் சென்றடையாத அல்லது சமூகத்தால் புறக்கணிக்கப்பட்ட நிலையில் வாழும் ஓர் பெண் குழுவினரை யுத்தத்தின் முடிவில் நாம் காணுகிறோம்.

நாட்டின் வடக்கு, கிழக்கு உள்ளடங்களாக ஏனைய தமிழ் பேசும் பகுதிகள் சிலவற்றிலும் தங்களை யாரென்று உலகத்துக்கு அடையாளப்படுத்திக் கொள்ளமுடியாத சூழ்நிலையில் முன்னாள் போராளிகள் என்ற முத்திரையோடு அதிகம்பேர் உள்ளனர்.

குறிப்பாக கிழக்கில், மட்டக்களப்பு யுத்தத்தினால் முழுமையாக பாதிக்கப்பட்ட மாவட்டமாகும். இந்த மாவட்டத்திலுள்ள 14 பிரதேச செயலகப் பிரிவுகளும் யுத்தத்தின் பாதிப்புகளுக்கு உள்ளானதே. நாட்டில் யுத்தம் வலுவடைந்திருந்த காலத்தில், விடுதலைப் புலிகள் இயக்கம் தமது அமைப்பை விஸ்தரிக்கும் நோக்குடன் சிறுவர்களை ஆட்சேர்ப்பு செய்த காலங்களை நாம் இன்னும் மறந்துவிடவில்லை. அப்போது அரசாங்கமும், வெளிநாட்டு அமைப்புகளும் புலிகள் அமைப்பு சிறுவர்களை பலவந்தமாக ஆட்சேர்ப்பு செய்வதாக குரலெழுப்பியது. மனித, சிறுவர் உரிமை மீறல்கள் பற்றிய கேள்விகள் எழுந்தன. எனினும், அப்போதைய சூழ்நிலையில் அதனைத் தடுக்கவோ, கட்டுப்படுத்தவோ முடியவில்லை.

இன்று யுத்தம் முடிந்துவிட்ட சூழ்நிலையில், விடுதலைப் புலிகள் அமைப்பினால் பலவந்தமாக சேர்த்துக்கொள்ளப்பட்ட

சிறுவர்கள், பெண்களின் நிலை என்னவாயிற்று? அவர்கள் இப்போது என்ன செய்கிறார்கள்? இந்தக் கேள்விகளுக்கான பதில்களை அறிவதாயின், முன்பு விடுதலைப் புலிகளின் கட்டுப்பாட்டில் இருந்த பிரதேசங்களுக்கு விஜயம் செய்யவேண்டும்.

குறிப்பாக மட்டக்களப்பு கோரளைப்பற்று வடக்கு (வாகரை), போரைதீவுப் பற்று (வெல்லாவெளி), மண்முனை தென்மேற்கு (பட்டிப்பளை), மண்முனை மேற்கு (வவுணதீவு), ஏறாவூர் பற்று (செங்கலடி), கோரளைப் பற்று (கிரான்) போன்ற பிரதேச செயலகப் பிரிவுகளுக்குற்பட்ட கிராமங்களில் முன்னாள் போராளிகளைச் சந்திக்கக் கூடியதாகவும் இவர்களைப் பற்றிய தகவல்களை அறிந்துகொள்ளத்தக்கதாகவும் உள்ளது.

அரச சார்பற்ற அமைப்புகள் சில இவர்களுக்கு உதவுவதற்கு முன்வந்தபோதும், அல்லது உதவுவதற்கு தயாராக இருந்தபோதும் தங்களை முன்னாள் போராளிகள் என்று அடையாளப்படுத்திக்கொள்ள இவர்கள் தயாராக இல்லை. முன்னாள் போராளிகளில் குறிப்பாக பெண்களின் நிலை மிகவும் கவலைக்கிடம். முன்னாள் பெண் போராளிகள், மாற்றுத் திறனாளிகளாக, விதவைகளாக சமூகத்துக்கு முகம் கொடுக்கும் திராணியற்றவர்களாக பல சவால்களை எதிர்கொண்டுள்ளனர்.

மட்டக்களப்பு மாவட்ட திட்டமிடல் செயலகத்தின் 2008ஆம் ஆண்டுக்கான கணக்கெடுப்பின் பிரகாரம் 4,892 பேர் மாற்றுத்திறனாளிகள். இவர்களில் 3:1 பகுதியினர் பெண்கள். மாற்றுத்திறனாளிப் பெண்களில் 45 வீதமானோர் போரினால் வலுதுகுறைவுக்குள்ளானவர்கள். அதிலும் 15 வீதமானவர்கள் பெண் போராளிகள்.

பள்ளிக்கூடம் சென்று கல்வி கற்கவேண்டிய வயதில் இவர்கள் விடுதலைப் புலிகள் அமைப்பில் பலவந்தமாக சேர்த்துக்கொள்ளப்பட்டனர். இதனால் அவர்கள் கல்வியை இழந்தார்கள். யுத்தத்தில் ஈடுபடுத்தப்பட்டதனால் மாற்றுத்திறனாளிகளானார்கள். புலிகள் அமைப்புக்குள்ளேயே தாம் விரும்பிய ஆண் போராளிகளை திருமணம் செய்துகொண்ட பெண்கள் பலர் தற்போது விதவைகளாக அல்லது போராட்டத்தில் அங்கங்களை இழந்த தனது கணவனை

தானே பராமரிக்கவேண்டிய துர்ப்பாக்கிய நிலைக்குத் தள்ளப்பட்டவர்களாக பெண் போராளிகள் எதிர்கொண்டுள்ள பிரச்சினைகள் பல.

வவுனியா பம்பைமடு முகாமில் இராணுவத்தினரால் தடுத்துவைக்கப்பட்டு விடுவிக்கப்படும் போராளிகள் தயக்கமின்றி தங்களை வெளிப்படுத்திக் கொள்கின்றனர். ஆனால், விடுதலைப் புலிகள் அமைப்பு ஸ்திரமற்ற நிலையிலிருந்தபோது தப்பி ஓடிவந்த போராளிகள் தற்போதும் தலைமறைவான வாழ்வினையே வாழ்கின்றனர். தாங்கள் போராளிகள் என்று தெரியும்விடத்து பிரச்சினைகளை எதிர்கொள்ள நேரிடுமோ, அல்லது அரச தடுப்பு முகாம்களில் தடுத்துவைக்கப்படுவோமோ என்ற அச்சம் இவர்களுக்கு உள்ளது.

சர்வதேச அமைப்புகள் சிலவற்றின் ஏற்பாட்டில் போர்க் களத்திலிருந்து மீட்கப்பட்ட சிறுவர்களின் நலன்களை கவனத்திற் கொண்டு சில திட்டங்கள் நடைமுறைப்படுத்தப்பட்டன. குறிப்பாக, பாடசாலைக் கல்வியை இடைநிறுத்தியவர்கள் மீண்டும் கல்வியைத் தொடர்வதற்கான திட்டங்களை அரசுடன் இணைந்து இந்நிறுவனங்கள் அமுல்படுத்தின. சிறுவர் போராளிகள் இத்திட்டத்தினுள் உள்வாங்கப்படமுடியும் என்று பேசப்பட்டது. எனினும், இத்திட்டம் நூறு வீதம் எதிர்பார்த்த பலனையளிக்கவில்லை. துப்பாக்கிகளைச் சுமந்து களத்தில் போராடிய ஒரு சிறுவன் அல்லது சிறுமி மீண்டும் புத்தகங்களை சுமந்துசென்று கல்வி கற்பதென்பது நடைமுறைக்கு ஒவ்வாததாக உள்ளது. அவர்களை சமூகம் நோக்கும் கண்ணோட்டமே வேறு. அதுமாத்திரமின்றி அமைப்பு ரீதியான செயற்பாடுகளுக்கும் போராட்ட களமொன்றுக்குமாக பயிற்றப்பட்டு, எதிரிகளைத் தாக்குதல், பதுங்குதல், தற்காப்பு போன்ற நடவடிக்கைகளில் முழுமையாக அர்ப்பணிப்போடு செயற்பட்ட போராளி மனநிலையை மீண்டும் கல்வி கற்பதற்கு தயார்படுத்துவதென்பது சாதாரணப்பட்ட விடயமாகாது. அவர்களின் உடலில் உள்ள தடயங்களும், மனதில் உள்ள காயங்களும் எளிதில் ஆறி மறைந்துவிடக்கூடியதல்ல. மேலும், இவர்களைப் பாடசாலையில் அனுமதிப்பதாயின், ஆசிரியர்களுக்கு பிரத்தியேகமான பயிற்சிகள்

வழங்கப்படவேண்டும். போராட்டக் களத்திலிருந்து மீட்கப்பட்ட சிறுவர்களுக்கு கல்வி போதிப்பதென்பதும் எல்லாராலும் முடியுமான காரியமாது. இவ்வாறான பல்வேறு குறைபாடுகள் காரணமாகவே, கல்வியை இடைநிறுத்தியவர்கள் பாடசாலைகளில் மீண்டும் சேர்த்துக்கொள்ளப்படும், அல்லது புனர்வாழ்வளிக்கும் திட்டம் எதிர்பார்த்த பலனைத் தரவில்லை.

இவை அனைத்தையும்விட முக்கியம், முன்னாள் பெண் போராளிகள் பலர் உள ரீதியாக பாதிக்கப்பட்டவர்களாக உள்ளனர். களத்தில் ஆயுதத்தைச் சுமந்து சமர் செய்யும்போது தோன்றாத பயமும், அச்சமும் இன்று அவர்களுக்கு ஏற்பட்டுள்ளது. தமது எதிர்காலத்தைப் பற்றிய முடிவுகளை எடுக்கமுடியாமல் அவர்கள் பரிதாபமான நிலையிலுள்ளனர். திருமண வயதில் இருக்கும் பெண் போராளிகள் சிலர் திருமணம் செய்துகொள்வதற்கே அஞ்சுகின்றனர். ஒரு சராசரிப் பெண்ணுக்குரிய சகல அத்தஸ்த்துகளும் தன்னை மணந்துகொள்ளும் கணவனால் தனக்கு வழங்கப்படுமா என்ற சந்தேகம் அவர்களுக்கு உள்ளது. தான் ஒரு போகப் பொருளாக மட்டும் பயன்படுத்தப்பட்டு கைவிடப்பட்டால் என்று அஞ்சுகின்றனர். சில பெண் போராளிகள் கடுமையாக ஏமாற்றப்பட்டுள்ளனர். விடுதலைப் புலிகள் அமைப்பிலிருக்கும் போது திருமணம் செய்வதாக வாக்களித்தவர்கள் தற்போது மறுப்பதுடன், சீதனத்திற்கு எதிராக இருந்தவர்கள் சிலர் சீதனம் கேட்கின்றனர். இவ்வாறான சூழ்நிலைகளால் பெண் போராளிகள் மனரீதியாக நைந்துபோயுள்ளனர்.

மேலும், புலிகள் அமைப்பில் நீண்ட காலம் பணியாற்றிய மூத்த போராளிகள் என்று அழைக்கத்தக்க பெண்கள் சிலர் சமூக நீரோட்டத்தினுள் தங்களை இயல்பாக்கம் செய்துகொள்ளமுடியாமல் திண்டாடுகின்றனர். பல வருடங்களாக பயிற்றப்பட்டு அவர்களுக்குள் இயல்பூக்கங்களாக விளைந்து கிடக்கும் விடயங்கள் பல சமூகக் கட்டடைப்புகளுக்கும் இயல்பு வாழ்வுக்கும் பொருத்தமாக இல்லாததினால், தாம்; சமூகத்தை விட்டு அந்நியப்பட்ட மனநிலைக்குத் தள்ளப்பட்டுள்ளனர். சாதாரண பெண்கள் எதிர்நோக்கும் பிரச்சினைகளுடன் பெண் போராளிகள் எதிர்நோக்கும் பிரச்சினைகள் இரண்டு மடங்கானதாகவுள்ளது.

சமூகத்தை எதிர்கொள்வது அல்லது முகம் கொடுப்பதையே அவர்கள் மிகப்பெரிய சவாலாகக் கருதுகின்றனர்.

இந்தச் சூழ்நிலையில், போராளிகளின் வாழ்வை மறுசீரமைப்பதற்கான திட்டங்கள் முன்னெடுக்கப்படவேண்டியது கவனத்திற் கொள்ளத்தக்கதாகும். போராளிகள்; பலருக்கு அடையாள அட்டை இல்லை. இவர்களுக்கான அடையாள அட்டைகளை எவ்வித சிரமங்களுமின்றி பெற்றுக்கொள்வதற்கான நடவடிக்கைகள் அமுல்படுத்தப்படவேண்டும். எந்தவித பாதுகாப்பு அச்சுறுத்தல்களும், விசாரணைகளுமின்றி இவர்கள் சமூகத்தில் நடமாடவும், சுதந்திரமாகச் செயற்படவும் முடியும் என்ற உத்தரவாதம் பகிரங்கப்படுத்தவேண்டும். வவுனியா பம்பைமடு முகாமில் தடுத்துவைக்கப்பட்ட போராளிகள் விடுதலை செய்யப்படுமிடத்து தலைமறைவு வாழ்க்கை வாழும் போராளிகள் பலர் தைரியமாக தங்களை வெளிப்படுத்திக் கொள்ளும் நிலை உருவாகும். புனர்வாழ்வளிக்கும் திட்டம் என்ற பெயரில் போராளிகள் பலர் தடுத்துவைக்கப்பட்டுள்ளதினாலேயே வெளியில் இருக்கும் போராளிகள் நடமாடமுடியாத அச்சத்திலுள்ளனர்.

குறிப்பாக பெண் போராளிகளுக்கு சுயதொழில் வாழ்வுக்கான பயிற்சிகள், வாழ்வாதார உதவிகள் வழங்கப்படவேண்டும். அனைவரையும் போன்று சமூகத்தில் இவர்களும் தலைநிமிர்ந்து வாழும் நிலை உருவாக்கப்படவேண்டும். இவர்கள் பற்றி காவல் நிலையங்களில் இருக்கத்தக்க முறைப்பாடுகளை இரத்துச் செய்து இயல்பு வாழ்வை எவ்வித அச்சமுமின்றி வாழமுடியுமான சூழ்நிலையை உருவாக்கவேண்டும். முக்கியமாக பெண்கள் அமைப்புக்களும், பெண்களின் வாழ்வியலை முன்னேற்றுவதற்காக செயற்படுகின்ற அமைப்புக்களும் முன்னாள் போராளிகள் விடயத்தைக் கவனத்திற் கொண்டு, அவர்களை சமூகத்தோடு மீளிணைப்பதற்கான வேலைத்திட்டங்களை மேற்கொள்ளவேண்டும்.

மே, 2012

சுடர் ஒளி நாளிதழ்